பொற்பனையான்
& பிறகதைகள்

சித்ரன்

யாவரும் பப்ளிஷர்ஸ்

பொற்பனையான் & பிற கதைகள்
ஆசிரியர்: சித்ரன் ©

முதல் பதிப்பு: ஜனவரி 2023

வெளியீடு: யாவரும் பப்ளிஷர்ஸ்
தொடர்பு: 9042461472, 9841643380
editor@yaavarum.com, www.yaavarum.com

பக்கங்கள்: 160. விலை: ரூ.200

Porpanayaan
by Cithran ©

First Edition : January 2023
Published by :
Yaavarum Publishers
24, Shop no - B, S.G.P Naidu Complex,
Dhandeeswaram Bus Stop
Opp: Bharathiar Park
Velachery Main Road
Velachery, Chennai - 600 042
Contact : 9042461472, 9841643380
editor@yaavarum.com, www.yaavarum.com

Pages: 160, Price: INR 200

ISBN: 978-93-92876-43-1

Designer: G. Murugan

கோணங்கிக்கு

சித்ரன்

சித்ரனின் முதல் சிறுகதைத் தொகுப்பான 'கனாத்திறமுரைத்த காதைகள்' 2018 ஆம் ஆண்டு யாவரும் பதிப்பாக வெளிவந்தது. அத்தொகுப்பு 2018ஆம் ஆண்டு சிறந்த சிறுகதைத் தொகுப்புக்கான த.மு.எ.க.ச விருதையும், முதல் சிறுகதைத் தொகுப்புக் கான க.சீ.சிவக்குமார் நினைவு விருதையும் பெற்றது. 'பொற்பனையான்' சித்ரனின் இரண்டாவது சிறுகதைத் தொகுப்பு.

மின்னஞ்சல் முகவரி:
vinocithran@gmail.com

நன்றி

சச்சின், கார்த்திகேயன், துரைக்குமரன், ஸ்டாலின் சரவணன்,

முதல் வாசகி சாலினி,

என்னை ஓராயிரம் கதைகள் சொல்ல வைத்த என் தங்கமயில்கள் எழிலி, கொற்றவை

வெளியிட்ட இதழ்கள்
சிறுபத்திரிகை, மணல் வீடு, கனலி.

உள்ளே...

1. ஒரு வழிப்போக்கனும் அவனது வழித்துணையும் 7
2. பொற்பனையான் 24
3. முகமூடி வீரர் மாயாவி தோன்றும் இன்ப வேட்கை 81
4. பெரியப்பா 101
5. நைனாரியும் பதின் கரைகளும் 120
6. உடல் இயற்கை துறவு எனும் ஃ 135

குறுங்கதைகள்:

7. புங்கமரத்தாயி 153
8. விடுதலை 155
9. மாயவன் 156
10. தீராப்பசி 158
11. சூல் 159

ஒரு வழிப்போக்கனும் அவனது வழித்துணையும்

வாழ்வு நத்தையின் ஊர்தலைப் போல் அதிகுறை இயக்கத்தைக் கொண்டிருந்தது. எங்கும் சோர்வு சூழ்ந்த வெளி. ஒருவேளை அது என் மனதின் பிரதிபலிப்பாய் கூட இருக்கலாம். இம்முறையும் வங்கித் தேர்வின் முடிவு என்னை விரக்தியடையச் செய்திருந்தது. இதுநாள்வரை நான் எதிர்கொண்டிருந்த நேர்முகத் தேர்வுகளின் கேள்விகளுக்கான சாத்தியமான வேறு பதில்களை ஆராய்ந்து கொண்டிருந்தேன். அதன் தொடர்ச்சியாய் வழக்கம் போல் எண்ணங்களைக் கணிதச் சமன்பாடுகள் ஆக்கிரமித்துக் கொண்டன. அவை பேருந்தில் ஒலித்துக் கொண்டிருந்த பாடல்களில் என்னை ஒன்றவிடவில்லை. வண்டியோ வெகுநேரமாய் புறப்படவிருப்பதைப் போல் முன்னேறுவதும் அதைத் தொடர்ந்து நடத்துநரின் விசில் ஒலிகளும் என என்னை எரிச்சலுறச் செய்திருந்தது. மாநகரின் அந்த நண்பகலை வாகனங்களின் புகையும் தூசியும் மேலும் உக்கிரமடையச் செய்திருந்தது. யாரோ என்னைத் தொட்டி நீருக்குள் அமிழ்த்துவதைப் போல் அந்த வெயிலையும் வெறுமையையும் உணரத் தொடங்கினேன். அது நீர்த் தொட்டியல்ல. நீராவியால் நிறைந்த தொட்டி. அப்பேருந்தே எனக்கு ராட்சச நீராவித் தொட்டியாய்த் தோன்றியது.

ஒருவழியாய் புறப்பட்ட வண்டி எனக்கு இளைப்பாறலைத் தந்தது. சில நொடிகளில் யாரோ ஒருவர் ஓடிவந்து ஏறி என்னருகில் அமர்ந்தார். அவரது முகத்தைப் பார்க்க வேண்டுமென்ற உந்துதலைக் கட்டுப்படுத்திக் கொண்டேன். சட்டென எழுந்த ஒரு துள்ளல் இசைக்கு அருகில் இருந்தவர் தொடையில் தாளமிட ஆரம்பித்தார். சிலமுறை தாளம் தப்பி என் தொடையிலும் விழுந்தது. அது வண்டிக் குலுக்கலில் இருக்குமென கால்களை ஒடுக்கி அமர்ந்தேன். வண்டி மலைக்கோட்டை நிறுத்தத்தைத் தாண்டியிருக்கையில் அவரிடமிருந்து சிரிப்பொலி கேட்டது. முழுதாய் தலையைத்

திருப்பாமல் விழிகளை அவர் மேல் ஓடவிட்டேன். நாற்பது வயதிருக்கும். சற்று நரைத்த தாடியும் வயதிற்கு மீறிக் குடியேறியிருந்த முதுமையின் சாயலோடும் இருந்தவர் என்னை நோக்கித் திரும்பாமலே நான் கவனிப்பதை உணர்ந்தவர் போல் முன்னிருக்கையின் கீழிருந்த ஒலிப்பெருக்கியைச் சுட்டிக் காட்டினார். "அந்தியில வானம் தந்தனத்தோம் போடும்" என மனோவும் ஸ்வர்ணலதாவும் பாடிய பாடலது.

"நல்ல பாட்டுங்க" என்றார். நான் "ஆமாம்" எனத் தலையசைத்தேன். "ஓடும் காவிரி இவ தான் என் காதலி குளிர் காயத் தேடித் தேடிக் கொஞ்சப் பிடிக்கும்". இம்முறை அவர் சற்று உரக்கச் சிரித்தார். நான் என்ன என்பதைப் போல் அவரைப் பார்க்க "இல்ல ரொம்ப நாளா என் காதுல கொஞ்சப் பிடிக்கும்னு விழுகல. என்னடா இப்படி விரசமாவா பாட்டெழுதுவாங்கன்னு நெனச்சேன். அப்பறம் என் நண்பர் தான் வெளக்கமா சொன்னாரு." நான் அவரிடம் பேச விருப்பமில்லாதவனைப் போல் கால்களை மேலும் ஒடுக்கி அமர்ந்தேன்.

சாலையோரத்திலிருந்த கடையின் பெயர் பலகையைச் சுட்டி அவர் மேலும் பேச்சைத் தொடர்ந்தார். "பேரு வச்சிருக்காங்க பாருங்க ஆதிகுடி காபி கிளப். ஆதிகுடி சாராயக் கடை. சொல்லிப்பாருங்க தம்பி எவ்வளவு நல்லா இருக்கு. காபி கிளப்புக்கு ஆத்திக் குடின்னு பேரு வைக்கணும். என்ன நான் சொல்றது" என பதிலை எதிர்பார்த்து எனது முகத்திற்கு மிக அருகில் வந்தார். நான் வேறுவழியின்றி "இல்லங்க ஆதிகுடிங்கறது ஊரு பேரு. லால்குடி பக்கத்துல இருக்கு" என்றேன். "ஓஹோ" என ஏமாற்றமடைந்தவரைப் போல் முகத்தை வைத்துக் கொண்டார்.

"தம்பிக்கு லால்குடி பக்கமோ?"

"இல்ல புதுக்கோட்டை."

"காஞ்ச பய ஊரு" என முகத்தைச் சுளித்தவாறு சற்று உரக்கச் சிரித்தார்.

எனக்கு அவரது முகத்தில் ஒரு குத்து விட வேண்டுமெனத் தோன்றியது. மேற்கொண்டு பேச்சை வளர்க்க விரும்பாமல்

வெளியே வேடிக்கை பார்ப்பவனைப் போல் தலையை நன்றாகத் திருப்பிக் கொண்டேன்.

பேருந்து மரக்கடை வீதி வழியாகச் சென்று காந்தி மார்க்கெட் நிறுத்தத்தில் நின்றது. பயணிகளை ஏற்றுவதற்காய் சற்று நேரம் அங்கே காத்திருந்த பேருந்து உடனே புறப்படவிருப்பதைப் போல் பாவனை காட்டிக் கொண்டிருந்தது. அந்தச் சில நொடிகளில் உள்ளங்கை நீளமுள்ள மல்லிகைப் பூச்சரங்களைப் பத்து ரூபாய் எனப் பேருந்தில் ஏறி இருவர் விரைவாய் விற்றுக் கொண்டிருந்தனர். நான் ஓடாத மணிக்கூண்டில் உறைந்திருந்த நேரமும் சரியாய் என் அலைபேசியில் அப்போது சுட்டிய நேரமும் பொருந்துவதைப் பார்த்து மெல்லியதாய் புன்னகைத்தேன். “எவனுக்காகவோ போயி எவனோ சாவுறான் பாத்தீகளா?” என அவர் மணிக்கூண்டைப் பார்த்தவாறு சொன்னார். முதல் உலகப் போரில் பிரிட்டிசாருக்காய் மரித்த திருச்சிராப்பள்ளி ராணுவ வீரர்களின் நினைவிடமது.நான் அவரோடு பேச விரும்பாததால் அவர் சொன்னது செவிகளில் விழாதது போல் இருந்து கொண்டேன்.

பேருந்து மத்திய பேருந்து நிலையத்திற்கு வந்து சேர்ந்தது. சிறுநீர் கழிப்பிடத்திற்குச் செல்கையில் அருகிலிருந்த தடுப்புச் சுவரின் மீது ஒரு பகார்டி பாட்டிலைப் பார்த்தேன். எனக்கு மது அருந்த ஆசை தோன்றியது. சமீபநாட்களாய் சுயஇன்பத்தைப் போல் அந்த நினைப்பும் மனதில் எழத் தொடங்கினால் என்னால் மனதைக் கட்டுக்குள் கொண்டுவர இயலவில்லை. சுவர் முழுதும் ஹெச்.ஐ.வி மருத்துவம் மற்றும் ஆண்மை பெருக்கும் சுவரொட்டிகளால் நிறைந்திருந்தன. மிதமிஞ்சிய மூத்திர நெடியால் எனக்கு மூச்சடக்கி கண்மூடி சிறுநீர் கழிக்கச் சற்று காலதாமதம் ஆனது. நான் தலைகவிழ்ந்து சிறுநீர் கழித்துவிட்டு நிமிர்கையில் மதுக்குடுவை கால் பங்கு நிரம்பியிருந்தது. நான் அதிர்ச்சியுற்றுத் திரும்ப நரைதாடிக்காரர் “எவன் போதைக்காவது ஆகும்ல தம்பி” என்றவாறு சிரித்தார். சிரித்ததில் அவருக்குப் புரையேறி கண்களில் நீர் வழிந்தது. என்னால் அவரைச் சகித்துக் கொள்ள முடியவில்லை. அந்த ஆள் என்னைப் பின்தொடர்வது போலும் தோன்றியது.

வேகமாய் வெளியேற மூத்திர நெடி பேருந்து நிலையம் முழுதும் நிறைந்திருப்பதாய் ஓர் உணர்வு. பேருந்தில் படிக்க வேண்டும் என்பதற்காய் வேளாண்மை குறித்த மாத இதழ் ஒன்றை வாங்கி வந்தேன். புறவழிச்சாலையில் செல்லும் வண்டிக்காய் காத்திருந்த வேளையில் அம்மாத இதழைப் புரட்டினேன். உழவர்கள் தாங்கள் விளைவித்த பொருட்களோடு புன்னகை ததும்பும் முகங்களாய் தங்கள் வெற்றிக் கதைகளைச் சொல்லியிருந்தனர். நான் என்னுடைய எதிர்காலம் குறித்த கற்பனையில் மூழ்கத் தொடங்கினேன். அடுத்த வங்கித் தேர்வில் ப்ரொபெசனரி ஆஃபிசராய் தேர்வானேன். நிலத்தடி நீர் ஆயிரம் அடிகளுக்குக் கீழ் சென்ற என் நிலத்தில் ஆழ்குழாய் கிணறு அமைத்தேன். என் குடும்பத்தின் ஒன்றரை ஏக்கர் நூறு ஏக்கர்களாய் விரிந்து பெருகியது. வங்கி அதிகாரியாய் இருந்து கொண்டே நஞ்சற்ற காய்கறிகளை உற்பத்தி செய்கிறேன். அதை விற்பனை செய்ய எல்லா ஊர்களிலும் இயற்கை அங்காடிகளைத் திறக்கிறேன். பின் எனது நிலத்தின் விளைச்சலை மட்டுமே சமைக்கும் ஓர் உயர்தர உணவகத்தை ஆரம்பிக்கிறேன். பின் எனக்கு வங்கி அலுவலர் வேலை தேவையில்லாமல் போகிறது. செல்வம் கணக்கற்று பெருகுகிறது. நான் கட்ட நினைக்கும் பங்களாக்கள் குறித்தும் பயணம் செய்ய நினைக்கும் கார்கள் குறித்தும் கற்பனை வளர்கையில் என்னவென்று சொல்ல இயலா ஒரு குற்ற உணர்வு என்னுள் உருவாகியது. அப்போது மனக்கண்ணில் வெள்ளைக் குல்லாவோடு ஜே.சி.குமரப்பா எட்டிப்பார்க்கிறார். இ.எஃப்.ஷுமாஸர் 'சிறியதே அழகு' என்கிறார். காந்தி ஈறு தெரியப் புன்னகைக்கிறார். எனக்குக் குற்ற உணர்விலிருந்து மீள வழி கிடைத்துவிட்டது. நார்த்தாமலைத் திருவிழாவிற்கும் திருவப்பூர் திருவிழாவிற்கும் காலை முதல் இரவு வரை எனது உணவகத்தில் அனைவருக்கும் அன்னதானம் நடைபெறுகிறது. என்னை மக்கள் ஊராட்சித் தலைவர் தேர்தலுக்கு நிற்கச் சொல்லி வற்புறுத்துகின்றனர். நான் முடியாதென மறுக்கின்றேன். ஆனால் மக்கள் சக்திக்கு அடிபணிந்து தானே ஆக வேண்டும். அப்போது எனது எண்ண ஓட்டங்களைத் தம்பி தம்பியென ஒரு குரல் இடைமறித்தது. நரைதாடிக்காரர் அழைத்தார். எனது எரிச்சலைக் காட்டிக் கொள்ளவில்லை.

“தம்பிக்கு கூகுள் பேல அக்கவுண்ட் இருக்கா?”

“இல்லண்ணே”

“என்ன தம்பி என்னய பாத்தா களவாணிப் பய மாதிரி தெரியுதா?”

அந்த நேரடிக் கேள்வியால் என்ன சொல்வதெனத் தெரியாமல் நான் திகைத்த வேளையில் “தம்பி என் சேக்காளி பணம் தரணும். என் அக்கவுண்டுக்கு போடுறான். ஆனா என்னோட ஏ.டி.எம் கார்ட தொலைச்சுட்டேன். அதான். ஆயிரம் தான். அவன் ஒங்க நம்பர்ல போட்டதுக்கு அப்புறம் கையில இருந்து குடுத்தா போதும்” என்றார்.

என்னிடம் ஆயிரத்து ஐநூறு ரூபாய் இருந்தது. சரியென்று ஒப்புக் கொண்டு அலைபேசி எண்ணைக் கொடுத்தேன். என்னிடமிருந்து சற்று விலகிச் சென்று அலைபேசியில் பேசியவர் “தம்பி தர்மராசுங்கறது தான் ஒங்க பேரா” எனக் கேட்க நான் ஆமெனத் தலையசைத்தேன். எனது வங்கிக் கணக்கில் ஆயிரம் ரூபாய் செலுத்தப்பட்டது குறித்த குறுஞ் செய்தி வந்தது. எனது கூகுள் பே செயலியைச் சோதித்து விட்டு ஆயிரம் ரூபாயைத் தந்தேன். அவர் வேகமாய் பேருந்து நிலையத்தை விட்டு வெளியேறினார். எனக்கு ஏதோ செய்யத் தகாததைச் செய்துவிட்டதைப் போல் உறுத்தலாய் இருந்தது.

பேருந்து பாரதிதாசன் பல்கலைக்கழகத்தைத் தாண்டியிருக்கையில் எனது அலைபேசி எண்ணுக்கு அழைப்பு வந்தது. அழைப்பை ஏற்ற நொடியில் “யோவ் எவ்வளவு நேரமாச்சு போன் அடிச்சாலும் அந்த ஆளு எடுக்க மாட்டேங்குறான்?” என்றொரு குரல் சற்று ஆவேசமாய் முறையிட்டது.

நான் சற்று பொறுமையாய் “யார்ணே நீங்க எதோ ராங் நம்பர்னு நினைக்கிறேன்” என்றேன்.

“மயிரு என்ன விளையாடுறீகளா புடுங்கிகளா ஆயிரம் ரூவா அட்வான்ஸ் வாங்குனீல அயிட்டம் எங்கடா?” அவன் குரல் மேலும் உக்கிரமடைந்தது.

“என்ன அயிட்டம்ணே” என் குரலில் படபடப்போடு சற்று ஆர்வமும் தொனித்தது.

“உங்க அக்கா”.

அப்பதிலால் நான் ஆத்திரமுற்றாலும் சற்று திடமான குரலில் அவரிடம் சொன்னேன்“நான் வீட்டுக்கு ஒத்தப் புள்ளண்ணே”.

“டேய் தாயளி ஒங்காயி அப்பனுக்கு புள்ளயே இல்லாம ஆக்கிருவேன். லாட்ஜ் ரூம் செலவு வேற...தர்மராசாம் மயிராண்டி தேடி வந்து கொல்லுவேன் பாத்துக்க.”

நான் வேகமாய் இணைப்பைத் துண்டித்தேன். அந்த எண்ணிலிருந்து தொடர்ச்சியாய் அழைப்புகள் வந்தன. சற்று நேரம் கழித்து ஒரு புதிய எண்ணிலிருந்து அழைப்பு வந்தது. அழைப்பை ஏற்பதா வேண்டாமா எனக் குழம்பி இறுதியில் அழைப்பை ஏற்றேன்.

“என்னத் தம்பி பஸ் ஏறியாச்சா? எதுவும் கூப்பிட்டாங்களா?” என்ற கேள்வியின் மூலம் அழைத்தவர் யாரென அறிந்து கொண்டேன்.

“அண்ணே யார்ணே நீங்க? ஒங்களால என்னைய கொன்ருவேன்னு மிரட்டுறாங்க”

“தம்பி ஆயிரம் ரூவாக்குல்லாம் கொல்லுவாங்களா? சும்மா ஏசிட்டு விட்டுறுவானுங்க. பயப்படாதீக. உண்மையிலே என் ஏ.டி.எம் கார்டு தொலஞ்சு போச்சு. எனக்கு அவசரமா கொஞ்சம் காசுத் தேவை. நாளைக்கு வந்தீகண்ணா நீங்க ஆயிரத்துக்கு எறநூத்தம்பது எடுத்துக்குங்க. எண்ண நான் சொல்றது. சலுகை புதிய ஏ.டி.எம் கார்டு வரும் வரை மட்டுமே” என்று இறுதி வரியை விளம்பர அறிவிப்பைப் போல் சொல்லிவிட்டுச் சிரித்தார். எனக்கு அடிவயிற்றிலிருந்து கிளம்பிய எரிச்சலோடு வாயில் வந்த வசைச் சொல்லைக் கட்டுப்படுத்தியவாறு அழைப்பைத் துண்டித்தேன். மீண்டும் பணம் அனுப்பியவனிடமிருந்து அழைப்பு வந்தது. அழைப்பைத் துண்டித்துவிட்டு அவனுடைய எண்ணுக்கு கூகுள் பேயில் இரண்டாயிரம் ரூபாயை அனுப்பி வைத்தேன். அதன் பிறகு அவனிடமிருந்து அழைப்பு வரவில்லை.

இரவு உறங்குவதற்கு முன் நரைதாடிக்காரரிடமிருந்து வாட்ஸப்பில் நாளை காலை ஒன்பது மணியளவில் மத்திய பேருந்து நிலையத்தில் உங்களுக்காய் காத்திருப்பேனென குறுஞ்செய்தி வந்தது. பதிலுக்கு நான் அனுப்பிய இரண்டாயிரம் ரூபாய் பரிவர்த்தனைக்கான ஸ்கிரின் ஷார்ட்டையும் அதன் கீழே ''போயா லூசுக் கூ.....'' என்று தட்டச்சு செய்தும் அனுப்பி வைத்தேன். அவரிடமிருந்து சற்று நேரத்தில் ''தம்பி இன்று நடந்ததை உங்கள் நண்பர்களிடம் சொல்லிப் பாருங்கள் அனைவரும் உங்களைத் தான் லூசுக் கூ.... என்று சொல்வார்கள்'' எனப் பதில் வந்தது. ஆத்திரத்தில் அலைபேசியை ஒலிக்காதவாறு செய்துவிட்டு தலையணையை நாலு முறை குத்திவிட்டு உறங்கிப் போனேன்.

மறுநாள் காலை கண்விழிக்க தாமதம் ஆனது. அவசரகதியில் கிளம்பி திருச்சி பேருந்தில் செல்லும் போது நரைதாடிக்காரரின் நினைப்பு வந்தது. அவரைக் குறித்துச் சிந்திப்பதைத் தவிர்த்து பயிற்சி வகுப்பில் அன்றைய தேர்வுக்கான பாடங்களைப் புரட்டத் தொடங்கினேன். ஆனால் மத்திய பேருந்து நிலையத்தில் இறங்கியதும் நான் எதிர்கொண்டது அவரைத் தான். எனக்கு அவரை எப்படித் தவிர்ப்பதெனத் தெரியவில்லை. ஏதோ விதி என்னைப் பெரிய வில்லங்கத்தில் தள்ளிவிட முயற்சிப்பதாய் தோன்றியது. அவரோ எனது எண்ணங்களைத் தெளிவாய் ஆராய்ந்திட போதிய நேரம் அளித்திடவில்லை. ''தம்பி ராத்திரி நல்லா ஒறங்குனீகளா? ஆன்லைனுக்கே வரலையே கொஞ்சம் உங்க அக்கவுண்ட செக் பண்ணுங்க'' என்றார். ''அண்ணன் என்னைய தொந்திரவு பண்ணாதீங்க அப்புறம் போலீஸ்ல கம்ப்ளெயின்ட் பண்ணிருவேன் பாத்துக்குங்க.''

''சரி தம்பி நானே கூட்டிக்கிட்டுப் போரேன் பதறாதீக''

''என் பசங்க மூணு பேரு எஸ்.ஐ யா இருக்காங்க. ஒரு வார்த்தை சொன்னாப் போதும்.'' (உண்மையில் என்னுடன் பயிற்சி வகுப்பில் பயில்பவனின் நண்பர்கள் சென்ற எஸ்.ஐ தேர்வில் தேர்வாகியிருந்தனர்).

''அப்படியா என்னன்னு சொல்லுவீக''

''ஒங்ககிட்ட எனக்கென்ன பேச்சு''

“சரி தம்பி கோச்சுக்காதீக. நானும் புதுக்கோட்டைக்காரன் தான். அரண்மனைக் கொல்லை தான் பூர்விகம். கொஞ்சம் அந்த டீக்கடைக்கு வாங்க பொறுமையாப் பேசுவோம்” என அழைத்தார். எனது அம்மாச்சியின் பூர்விக ஊர் அது. ஒரு வேளை அவர் என் உறவினராய் கூட இருக்கலாம். அதெல்லாம் நான் அவரிடம் சொல்லிக் கொள்ளவில்லை. என் முகத்தில் குடியேறியிருந்த வெறுப்பைச் சரி செய்ய அவர் ஏதேதோ பேசியவாறு வந்தார். நான் அவருக்கு எதிர்த்திசையில் முகத்தைத் திருப்பியவாறு சென்றேன்.

பேருந்து நிலையத்திற்கு வெளியிலிருந்த தேநீர் கடைக்குச் சென்றோம். அவர் இரண்டு தேநீரைச் சொல்லிவிட்டு சாலையில் செல்வதற்குச் சிரமப்பட்ட காருக்கு வழிவிடும் விதமாய் ஒரு இருசக்கர வாகனத்தை ஓரமாய் நகர்த்தி வைத்தார். இருவருக்கும் தேநீர் வந்தது.

இரண்டு தேநீருக்கும் நானே காசைத் தந்துவிட வேண்டும் என்பதற்காய் சூட்டோடு அருந்தத் தொடங்கினேன். “தம்பிக்கு புதுக்கோட்டையில எங்க?” என்ற அவரது கேள்விக்கு “வம்பன் நால்ரோடு” என்றேன். என் ஊர் ஆலங்குடி என்பதை நான் சொல்ல விரும்பவில்லை.

“அப்படியா நான் எட்டாவதுலேந்து பன்னென்டாவது வரைக்கும் வேங்கிடகுளத்துல தான் படிச்சேன். தம்பியும் அங்க தான படிச்சிருப்பீக?” என்றார். “இல்ல நான் ஆலங்குடியில படிச்சேன்” எனப் பதிலளித்ததற்கு “அப்பன்னா ஆலங்குடியில தானே வீடு இருக்கு” எனச் சிரித்தார். நான் எப்படிக் கண்டறிந்தார் எனப் புரியாமல் விழித்தேன். அவர் எனது சங்கடத்தை உணர்ந்து சிரிப்பை அடக்கும் விதமாய் உதடுகளை மடித்துக் கொண்டார். நான் வேகமாய் தேநீரை அருந்திவிட்டு காசைக் கொடுக்கலாம் என முயற்சிக்கையில் நான் கையில் வைத்திருந்த கண்ணாடி டம்ளரை வாங்கி அருகிலிருந்த ட்ரேயில் வைத்தவாறு அவர் பேசத் தொடங்கினார். அக்குரலில் ஏதோ ஒரு வசீகரமிருந்தது.

“மதுரையில டிப்ளமோ அக்ரி படிச்சேன் தம்பி. அப்ப என் கூட படிச்சவன் ஒருத்தன் கரூர்காரன். படிக்குற காலத்துல நல்ல நண்பன். எங்க போனாலும் ஒண்ணாத்தான் போவோம் வருவோம். படிச்சு முடிச்சுட்டு திருச்சியில உரக்கடை

வைச்சோம். யோசனை அவனோடது. ஆனால் காசு முழுக்க என்னோடது. எங்க அம்மா நகையை வித்துக் கொடுத்தா. ஆனா அப்பாவுக்கு அதுல விருப்பமில்ல. கூட்டுல போகாதடான்னாரு. நான் கேக்குற மனநிலையில இல்ல. என் பார்ட்னர் அஞ்சு காசு கொடுக்கலை. கடையில நல்ல வியாபாரம். இலாபத்துல அவன் முதல் போட்ட மாதிரி கழிச்சுக்கிட்டோம். வெவசாயி எங்க வாழ்ந்தான். உரக்கடைக்காரன் தானே வாழ்ந்தான். தில்லை நகர்ல சொந்த வீடு வாங்குனேன். கல்யாணம் ஆச்சு. எங்க அம்மா முதல்ல போயி சேந்துச்சு. கொஞ்ச நாள்ல அப்பாவும் அம்மாவோட கூட்டு சேந்துட்டாரு. நல்லவேளை அப்புறம் நான் அனுபவிச்சதெல்லாம் அவரு பாக்கல.'' சூடு ஆறியிருந்த தேநீரை ஒரே மடக்கில் அருந்திவிட்டு அருகிலிருந்த ட்ரேயில் வைத்துவிட்டு காசு கொடுக்கச் சென்றார். ஏனோ எனக்கு மறுக்கத் தோன்றவில்லை.

தேநீருக்கு காசைத் தந்தவர் பேச்சைத் தொடர்ந்தார். ''எனக்கு ஊர்ல கொஞ்சம் நெலம் இருந்துச்சு. அதுல வெவசாயம் பாக்கணும்னு ஆசை. அப்பப்ப ஊருக்கு போயிட்டு வருவேன். அந்த நேரத்துல அவன் தனியா கரூர்ல ஒரு கடை ஆரம்பிச்சிருக்கான். எனக்கது தெரியல. நம்ம கடை பேர்ல கடனுக்குச் சரக்கெடுத்து அவன் கடையில வித்திருக்கான். கடன் அதிகமா போகவுட்டு கடையிலேந்து அவன் பங்கு காசையும் வாங்கிட்டு வெளகிட்டான். அதுக்கப்புறம் தான் எனக்கு விசயம் தெரிஞ்சுச்சு. ஆனா என்ன பண்றது எல்லாம் கைய மீறிப் போச்சு. ஏற்கனவே இருக்குற கடன அடச்சாத்தான் மேற்கொண்டு சரக்குன்னு எல்லா டீலரும் சொல்லிட்டானுங்க. கடையில விக்க ஒண்ணும் இல்ல. வீடு வித்ததுல பாதிக் கடன் தான் முடிஞ்சுச்சு. அப்புறம் கடையயும் மூடிட்டேன். கடனக் கொடுத்தவன் எல்லாம் வீடு தேடி வர ஆரம்பிச்சான். கடனத் திருப்ப வழியில்லேன்னா பொண்டாட்டிய வைச்சு சம்பாரிக்கச் சொன்னானுங்க. எங்க அப்பாரு சொன்னத கேட்காம விட்டுட்டோமேன்னு அப்ப வருந்துனேன். மீள்றதுக்கு வழியே தெரியல. எல்லாம் இழந்து நடுத்தெருவுக்கு வர்றதுனா என்னன்னு அப்பதான் புரிஞ்சிச்சு. எனக்கு சொந்தமானது எல்லாம் கையவிட்டுப் போச்சு. உசிரு மட்டும் மிஞ்சிச்சு. கொஞ்ச நாள் எப்படி சாகலாம்னு யோசிச்சுக்கிட்டு சுத்தித்

திரிஞ்சேன். எனக்கு சாகப் பயம் இல்ல. ஆனா என் சாவு மூலமா அவனப் பழிவாங்கணும். ஒரு நாள் விடியயில கரூர் பஸ்ல கிளம்பிப் போனேன். எனக்கு அவன் கண்முன்னால சாகணும்னு ஆசை. ரொம்ப நாள் கழிச்சு கர்நாடகாக்காரன் காவிரில ஒரு லட்சம் கண அடி தொறந்திருந்தான். ரெண்டு கரையும் தொட்டுக்கிட்டு காவிரி பாயுறா? அவளும் கடலுக்கிட்ட தன்ன பலி கொடுக்கப் போறான்னு தோணுச்சு. அவளைப் பாத்துக்கிட்டே பஸ்ல போனேன். ரெண்டு பேரும் எதிர் எதிர் தெசையில. ஆனா நோக்கம் ஒண்ணுதானே. குளித்தலையில அவ என்னயக் கூப்புடுற மாதிரி தோணுச்சு. நான் முசிறி பாலத்துல எறங்கிட்டேன். அப்படியே பாலத்துல நடந்து போனேன். விடிஞ்சு அரை மணி நேரம் ஆகியிருக்கும். பெருசா ஆளுக நடமாட்டம் இல்ல. அதுதானே அகண்ட காவிரி. என்ன ஒரு பிரம்மாண்டம். அத முழுசாப் பாக்க எனக்குக் கண்ணு கொள்ளல. கெழக்கால சூரியன் மேகத்துக்குள்ளாற மறைஞ் சிருந்துச்சு. இன்னும் முழுசா மேல வரல. காவிரிய வடக்குக் கரையிலேந்து தெற்குக் கரை வரைக்கும் ஒரு பார்வை பார்த்தேன். அப்படியே தெகப்பா இருந்துச்சு. ஏதேதோ பறவைங்க மீன் தேடித் திரிஞ்சுதுங்க. நான் அப்படியே கொஞ்ச நேரம் கண்ண மூடி நின்னேன்.'' அதைச் சொல்லிக் கொண்டிருக்கும் போதே அவர் கண்களை மூடிச் சில நொடிகள் மௌனமாய் இருந்தார். அதை மீண்டும் மனதிற்குள் நிகழ்த்துபவரைப் போல. எனக்குப் படபடப்பாய் இருந்தது. இதோ அவர் என் கண் முன்னே ரத்தமும் சதையுமாய் நிற்கிறார் எதற்கு நான் பதற்றமடைய வேண்டும் என மனதிற்குள் சொல்லிக் கொண்டேன். ஆனால் என் சமாதானங்கள் என்னை ஆற்றுப்படுத்தவில்லை.

அவர் கண்களை மூடியவாறே தொடர்ந்தார். ''அவள் ஆர்ப்பரிக்குற ஓசை. பால்கொடம் எடுக்கயில பொம்பள ஆளுக சாமி வந்து ஆங்காரமா ஆடுங்களே அது மாதிரி. கொஞ்ச நேரம் அந்தச் சத்தத்த கண்ண மூடிக்கிட்டு கேட்டுக்கிட்டிருந்தேன். திடீர்னு ஒரு குரல் கேட்டுச்சு. வா ரெண்டு பேரும் ஒண்ணாப் போவோம் அப்படின்னு.''

அப்போது அவர் கண்களைத் திறந்தார். ''ஆமா காவிரி பொண்ணு தான். யோசிக்காம குதிச்சிட்டேன். நான் நல்லா நீந்துவேன்.

ஆனால் இதுவரைக்கும் ஆத்துல நீந்துனதே இல்ல. அவ என்ன இழுத்துக்கிட்டுப் போறா. நான் அவ இழுப்புக்கு நீந்துரவனோட உள்ளுணர்வுல நீந்திப் போறேன். என்னால தெடமாச் சொல்ல முடியும். அது உயிர் ஆசையில்ல. அப்பதான் அந்த அதிசயம் நடந்துச்சு. எங்கேருந்தோ பத்து நீர்க்காகம் எனக்கு முன்னால பறக்க ஆரம்பிச்சுதுக. என்னமோ எனக்கு வழிகாட்டுற மாதிரி. எனக்கும் அதுகளுக்கும் இருபதடி தூரம் எடவெளி இருக்கும். நான் எருக்கம் புதருக்குள்ளயும் நாணலுக்குள்ளாறயும் மாட்டுறப்ப அதுகளும் அந்தரத்துல எனக்காக காத்திருக்குதுக. நான் அதுகள நோக்கி நீந்தத் தொடங்குனேன். அதுக என்னய எங்கேயோ கூட்டிக்கிட்டுப் போகுதுங்க. கருவேலம் முள்ளு கிளிச்சு என் உடம்பெல்லாம் எரியுது. எப்படியும் பத்து சுழலுக்கிட்ட இருந்தாவது தப்பிச்சிருப்பேன். அங்கெல்லாம் அதுக வெளகிப் பறக்குதுங்க. இல்லன்னா நிச்சயம் அந்தச் சுழலுக்குள்ளாற மாட்டிருப்பேன். அப்படியே எவ்வளவு நேரம் நீந்துனேன்னு தெரியல. திடீர்னு அதுக எல்லாம் வல்லாங்கை பக்கமா பறக்க ஆரம்பிச்சுதுங்க. நானும் அதுக பின்னாடியே நீந்திப் போனேன். அதுங்க அப்படியே பறந்து போயி கரையில இருந்த ஒரு கோயில் கோபுரத்துல அமருதுங்க. அதுல ஒரு சுதைச் சிற்பம் மட்டும் தெளிவா என் கண்ணுக்குத் தெரியுது. அது தெறந்த மேனியா ஒரு பொண்ணோட சிலை. ஆனா அவ விசித்திரமா காவிரிக்குத் தன்னோட யோனிய விரிச்சுக் காட்டுறா. எனக்கு எதுவோ புரிஞ்ச மாதிரியும் இருக்கு புரியாத மாதிரியும் இருக்கு. ஆனா மனசுல ஒண்ணு தெளிவா மின்னலடிச்சுச்சு. காவிரி கடலுக்குத் தன்ன பலி கொடுக்கப் போகல. அவ எல்லாரையும் வாழவைக்கதான் போறான்னு. கடல்தானே இந்த ஒலகத்தோட கர்ப்பப்பை. மொத உசிரு அங்க இருந்து தானே உருவாச்சு. மழைத் தண்ணி இல்லென்னா நெடுங்கடலும் நீர்மை குன்றுங்கிறான் வள்ளுவன். நதிங்கிறது மழையோட ஓட்டந்தானே. கடல்ல ஆறு நொழையுதே அது தான் பூமியோட யோனின்னு தோணுச்சு. இதெல்லாம் அப்பத்தான் தோணுச்சா இல்ல அப்புறமா நான் எனக்குள்ளாற இப்படி வெளக்கம் குடுக்குறேனான்னு தெரியல. நான் அப்படியே ஆத்தோட போக்குல போனேன். எலவம்பஞ்சு காத்தடிக்குறத் தெசையில பறக்குற மாதிரி. மனசுல இருந்த பாரமெல்லாம்

எங்க போச்சுன்னே தெரியல. ரொம்ப குதூகலமா இருந்துச்சு. முத்தரசநல்லூர் தாண்டுனோன்னே ஸ்ரீரங்கம் கோபுரம் கண்ணுல பட்டுச்சு. அப்படியே நீரோட்டத்துல போயி அம்மா மண்டபப் படித்துறையில கரையேறுனேன். தண்ணி அதிகமா ஓடுதுன்னு அங்க காவலுக்கு இருந்த போலீஸ்காரன் ஒருத்தன் என்னய ஏதோ கடவுளப் பாத்த மாதிரி கும்பிட்டான். என் உடுப்பெல்லாம் முள்ளுல கிழிஞ்சு ஆத்தோட போயிருந்துச்சு. அங்க யாருக்கோ திதி குடுத்த வேட்டியொண்ணு கம்பில சுத்திக் கெடந்துச்சு. நான் அதை உடுத்திக்கிட்டேன். அப்படியே நாலு நாள் தண்ணி குறையுற வர ஆத்த பாத்துக்கிட்டே அங்கயே ஒக்காந்திருந்தேன். நாலு நாளும் அந்த போலீஸ்காரன் தான் எனக்கு சாப்பாடு வாங்கிக் கொடுத்தான். அப்புறமா எனக்கு சாவத் தோணல" என்றார்.

இருவரும் மௌனமாய் இருந்தோம். நான் இப்படியொரு உணர்ச்சிப் பெருக்கான உரையாடலை எவருடனும் நிகழ்த்தியதில்லை. ஆகவே எனக்கு அவரிடம் என்ன சொல்வதெனத் தெரியவில்லை. அவர் தலை கவிழ்ந்து வெகுநேரம் மௌனமாய் இருந்தார். நான் அந்த மௌனத்தைக் கலைக்கும் விதமாய் "இப்ப ஏன்ணே இந்த வேலை செய்யுறீங்க" என்றேன்.

நிமிர்ந்து என்னைப் பார்த்தவர் "என்ன தம்பி செய்யச் சொல்றீக. அரைக்காசுக்குப் போன மானம் ஆயிரங் கொடுத்தாலும் திரும்ப வராது. நெட்ல இதுக்குன்னு சில சைட்ஸ் இருக்கு. அதுல என் நம்பர் கொடுத்து வைப்பேன். எவனாவது போன் பண்ணி பொம்பள கூட்டி விடக் கேப்பான். நான் அட்வான்ஸ் அனுப்பச்சொல்லிட்டு அப்புறம் ஃபோன எடுக்க மாட்டேன். ஆயிரம் ரூபாய்க்கு மேல இல்ல. அதுவும் மூணு நாளைக்கு ஒருத்தன். எனக்கும் இந்த ஈனத் தொழில் பிடிக்கலதான். என்னால எவங்கிட்டயும் வேலைக்கு போக முடியல." என்றார்.

"சரிண்ணே நான் என்ன செய்யணும்"

"உங்க அக்கவுண்ட செக் பண்ணுங்க தம்பி என்றார்."

நான் எனது அலைபேசியை வெளியில் எடுத்தேன். அதில் முப்பது தவறிய அழைப்புகள் இருந்தன. நல்ல வேளையாக

நேற்றிரவு அலைபேசியை மௌனிக்கச் செய்திருந்தேன். கூகுள் பேயில் நேற்றிரவு மட்டும் ஒன்பது நபர்கள் ஆயிரம் ரூபாய் அனுப்பியிருந்தனர். அதை அவரிடம் தெரிவித்தேன். அவர் என்னை ஏ.டி.எம்முக்கு தனது ஹோண்டா ஷைன் பைக்கில் அழைத்துச் சென்றார். நான் ஒன்பதாயிரத்தை வெளியிலெடுத்து அவரிடம் தந்து விடைபெற முயற்சித்தேன். அவர் தன்னுடன் வரச்சொல்லி என்னையும் அழைத்தார். நான் மறுக்கவில்லை. அங்கிருந்து சிறிது தொலைவில் ஒரு வழக்கறிஞர் அலுவலகத்திற்கு அழைத்துச் சென்றார். வழக்கறிஞரின் பெயர் புண்ணியமூர்த்தி என்றிருந்தது. நான் வெளியில் காத்திருந்தேன். அவர் அவ்வழக்கறிஞரோடு வந்தார். வழக்கறிஞர் நெற்றியில் குங்குமம் இட்டிருந்தார். கருப்பு வெள்ளை உடையில் சற்று பருத்த உடலோடும் மயிரடர்ந்த செவிகளோடும் இருந்தார். நாங்கள் எங்களது வண்டியைக் கிளப்ப அவர் தனது வெள்ளை நிற ஆக்டிவாவை இயக்கினார். அதன் முகப்பில் வழக்கறிஞர்களுக்கான கருப்பு நிற ஸ்டிக்கர் ஒட்டியிருந்தது.

இரு வண்டிகளும் சாலையில் இணையாய் பயணிக்கையில் வழக்கறிஞர் ‘‘பரமசிவம் அந்தப் பயல நம்பலாந்தானே?’’ என்றார். (அப்போது தான் நரைதாடிக்காரரின் பெயர் எனக்குத் தெரிய வந்தது). அதற்கு ‘‘சார் அவனுக்கு ரொம்ப வெவரமெல்லாம் தெரியாது. எவனோ வண்டிய ரிப்பேர் பாக்க குடுத்துருக்கானுங்க. அது செயின் அடிக்குறவங்க வண்டின்னு எப்படித் தெரியும்? முந்துன வாரம் ராமலிங்க நகர்ல செயின் அடிக்கும் போது சிசிடிவியில வண்டி நம்பர் சிக்கியிருக்கு. பாத்தா வண்டிய ரிப்பேர் பாத்த மெக்கானிக்க ஸ்டேசனுக்கு கூட்டிக்கிட்டு வந்துட்டாங்க’’ என இவர் பதிலளித்தார். ‘‘சரிப்பா அவன் வண்டிக்காரன் போன் நம்பர வாங்கி வச்சிருக்கலாம்ல?’’ என்றதற்கு ‘‘சார் இவன் நம்பரத்தான் கொடுத்திருக்கான். அவனுங்களடோத வாங்கல’’ என்றார். ‘‘போலீஸ்காரனுங்க வண்டி நம்பர வச்சும் ஆளப் புடிக்க முடியலேங்குறானுங்க. ஏதோ பழைய கண்டமான வண்டி நம்பராம் அது. சரி நீ எதுவும் வாயத் திறக்காத நான் பேசிக்குறேன்’’ என வழக்கறிஞர் சலிப்புடன் சொன்னார்.

நாங்கள் கண்டோன்மெண்ட் காவல்நிலையத்திற்குச் சென்றோம். சில கரை வேட்டிக்காரர்கள் காவல்நிலையத்தின் வெளியே நின்றிருந்தனர். அதில் சிலர் வழக்கறிஞருக்கு வணக்கம் வைத்தனர். பரமசிவம் என்னை எங்கும் சென்றுவிட வேண்டாமென்றும் வெளியே காத்திருக்குமாறும் சொல்லிச் சென்றார். என்னைக் கடந்து சென்ற காவல்துறையினரின் வாக்கிடாக்கிகள் இடைவெளியில்லாமல் ஒலித்துக் கொண்டிருந்தன. யாரும் என்னைப் பொருட்படுத்தவில்லை. நான் காத்திருந்த நேரத்தில் அலைபேசியில் வாட்ஸப் செயலியைத் திறந்தேன். பணம் அனுப்பிய சிலர் என்னை மிக மோசமான வசைகளால் திட்டியிருந்தனர். அவர்கள் அனைவரையும் பிளாக் செய்தேன்.

அரைமணி நேரம் கழித்து பரமசிவமும் வழக்கறிஞரும் திரும்பி வந்தனர். உடன் வேறொருவரும் வலது காலைச் சற்று தாங்கியவாறு நடந்து வந்தார். வழக்கறிஞர் தனது ஆக்டிவாவைக் கிளப்பும் முன்பு “யப்பா சக்திமானு அவனுங்க எதுவும் கால் பண்ணா ஒடனே போலீஸுக்கு சொல்லிரு. சரியா? என்ன சொல்லிருவாப்லயா பரமசிவம். பையனுக்கு சாமத்தியம் பத்தாது போலயே?” என்றார். பரமசிவம் சக்திமானுக்கு நற்சான்றிதழ் வழங்கி “அதெல்லாம் சொல்லிருவாப்ல” என்றார். சக்திமானோ தலைகவிழ்ந்தவாறே இருந்தார். நான் அவரைப் பார்த்தவாறு இப்படியெல்லாமா பேரு வைப்பாங்க என யோசித்துக் கொண்டிருந்தேன்.

நாங்கள் மூவருமாகப் பட்டாபிராமர் தெருவிலிருந்த சக்திமானின் வீட்டிற்குச் சென்றோம். வீட்டை ஒட்டியாவாறே சிறிய டூவீலர் மெக்கானிக் ஷாப் இருந்தது. சில வண்டிகளும் நின்றன. சக்திமான் எங்களை வீட்டிற்குள் வரச் சொல்லாமலும் முறையாக விடைபெறாமலும் தனது வீட்டிற்குள் சென்றார். சற்று நேரத்தில் அவரது மனைவி வெளியில் வந்தாள். அவரும் “வாங்க” என உதடசைத்தாள். ஆனால் அது எங்கள் செவிகளில் விழவில்லை. அந்த அழைப்பும் வீட்டிற்குள் வரச்சொல்லி இல்லையென நான் புரிந்து கொண்டேன். பரமசிவம் அவளிடம் பைக் சாவியைத் தந்தார். பிறகுதான் அது சக்திமானின் பைக் எனப் புரிந்தது. “பையன் எப்படியிருக்கான்” எனப் பரமசிவம்

கேட்டதற்கு "நல்லா இருக்கான்" எனத் தலையசைத்தாள். "உள்ள இருக்கானா?" என அவர் எட்டிப்பார்த்தார். "காலாண்டுப் பரிச்சை படிக்கிறான்" என்றாள். சரியென அவர் விடைபெற்றுக் கொண்டார். அங்கிருந்து தென்னூர் சாலையில் நடந்து சென்று வலது பக்கமிருந்த ஒரு குறுகிய சாலைக்கு அழைத்துச் சென்றார். அத்தெருவில் நடந்து செல்கையில் "ஏன்ணே சக்திமானுங்குறது உண்மையான பேரா?" என்றேன்.

"இல்லப்பா அவன் பேரு மகாதேவன்."

"அப்புறம் ஏன்ணே சக்திமானுன்னு கூப்புடுறீங்க?"

"நீ எந்த வருசம் பொறந்த?"

"தொண்ணூத்தியேழு"

"அந்த சமயத்துல டிடிநேஷ்னல்ல சக்திமானுன்னு ஒரு நாடகம் ஓடுனுச்சு. அப்ப இவனுக்குப் பத்து வயசு இருக்கும். ஸ்கூல்ல எவனோ ஒருத்தன் சக்திமானெல்லாம் சும்மா டூப்புன்னு சொல்லியிருக்கான். இவனுக்கு கடுமையான கோவம் வந்துருச்சு. இவன் சக்திமான் உண்மைதான்னு நிரூபிக்கிறதுக்காக இப்ப சக்திமான் என்னக் காப்பாத்துவாருன்னு மொத மாடியிலேந்து குதிச்சிருக்கான். நல்ல வேளை அவன் ஸ்கூலுக்கு ஒரு மாடிதான். காலோட போச்சு. அதுலேந்து அதுவே அவன் பேராயிருச்சு" என்றார்.

"ஏன்ணே உங்களச் சுத்தி எல்லாம் இப்படிப்பட்ட ஆளுகளாத் தான் இருப்பாங்களா?" என்றேன்.

அவர் உரிமையோடு என்னை "டேய்" என்றார். அவரின் வீடு சற்று உள்ளடங்கியிருந்தது. "தம்பி நேத்து நீங்க அனுப்புன ரெண்டாயிரத்த இப்ப உடனே தேத்திரலாம்" என்றார். நான் அதெல்லாம் வேண்டாமென மறுத்துவிட்டு அங்கு இரைந்து கிடந்த புத்தகங்களைப் பார்த்துக் கொண்டிருந்தேன். அதில் உதவி வேளாண் அலுவலர் தேர்வுக்கான வழிகாட்டி நூல்களும் இருந்தன. நான் அதைக் கையிலெடுத்துப் புரட்டினேன். "என்ன பண்றதுப்பா நாப்பத்திரெண்டு வயசாயிருச்சு. ஒங்கள மாதிரி சின்ன பயலுகள்ட போட்டி போட முடியுமா?" என்றவர் அப்போது தனது அலைபேசிக்கு வந்த அழைப்பை ஏற்றுப்

சித்ரன் ■ 21

பேசத் தொடங்கினார். அவர் பேச்சைச் சற்று நேரம் கவனித்த எனக்கே அவரிடம் உண்மையில் ஏகப்பட்ட பெண்கள் கைவசமிருப்பார்களோ என எண்ணத் தோன்றியது. அவர் தன்னிடமுள்ள ஒவ்வொரு பெண்களாய் வர்ணித்து வந்தார். பழைய எழுத்தாளர்கள் அவ்வர்ணனையை சிருங்கார ரசம் என எழுதுவார்கள். அலைபேசியில் அவர்கள் புகைப்படம் அனுப்பச் சொல்லிக் கேட்க அது காவல்துறையிடம் சிக்கினால் பெண்களின் வாழ்க்கை போய்விடும். ஏனெனில் அவர்கள் கல்லூரி மாணவிகள் எனச் சொல்லி வைத்தார். பதினைந்தாயிரம் சொல்லி பன்னிரண்டில் பேரம் முடிவுற்றது. ஆயிரம் ரூபாய் முன்பணத்தை என் நம்பர் சொல்லி அதற்குக் கூகுள்பேயில் அனுப்பச் சொன்னார். இரண்டு நிமிடத்தில் என் எண்ணுக்கு ஆயிரம் ரூபாய் அனுப்பப்பட்டதற்கான குறுஞ்செய்தி வந்தது. நான் வேகமாய் அலைபேசியின் பேட்டரியை அணைத்தேன். அவர் என் பதற்றத்தைக் கண்டு உரக்கச் சிரித்தார். இம்முறையும் அவருக்குப் புரையேறி கண்களில் நீர் வழிந்தது.

சரி வீட்டிற்குக் கிளம்பலாமென அவரிடம் விடைபெற்றேன். தானும் பேருந்து நிறுத்தம் வரை உடன் வருவதாக எழுந்தார். எனக்குத் தாகமாய் இருந்தது. வீட்டின் மூலையில் மினரல் வாட்டர் கேன் இருந்தது. நான் அதனருகே சென்று நீரருந்த தலையை நிமிர்த்திய போது தான் பரமசிவத்தின் திருமணப் புகைப்படத்தைப் பார்த்தேன். அவர் கண்களில் ஒருவிதக் குறும்பு தெரிந்தது. பிறகு புகைப்படத்தை மீண்டுமொரு முறை நன்றாக உற்று நோக்கி விட்டுக் கிளம்பினேன். பேருந்து நிறுத்தம் வரை பரமசிவமும் என்னுடன் வந்தார். நாங்கள் பேருந்திற்காய் காத்திருக்கும் போது என்னால் அக்கேள்வியை கேட்காமல் இருக்க முடியவில்லை.

“ஏன்ணே உங்க வீட்டுக்காரம்மா இப்ப சக்திமான் கூடத் தான் இருக்காங்களா?”

அவர் என் பக்கம் முகத்தைத் திருப்பவில்லை. பேருந்தின் வரவை எதிர்நோக்கியிருப்பதைப் போல் சாலையை வெறித்திருந்தார். நான் அக்கேள்வியைக் கேட்டிருக்கக் கூடாதெனச் சங்கடப்பட்டேன். சற்று தாமதமாய் அவரிடமிருந்து பதில் வந்தது “கடன்காரனுங்களுக்குப் பதில் சொல்ல முடியாம

நான் வீட்ட விட்டுப் போயிட்டேன். அவளும் எத்தன பேருக்குப் பதில் சொல்லுவா. கையில இருக்க எல்லாத்தையும் வித்து சாப்புட்டுக்கிட்டு இருந்திருக்கா. என் மகனுக்கு அப்ப ரெண்டு வயசு. என்னப் பத்தி எந்தத் தகவலும் இல்ல. எங்க வண்டிய சக்திமான் தான் ரிப்பேர் பாப்பான். அவளோட பழைய ஸ்கூட்டிய அவங்கிட்ட வித்துத் தர முடியுமான்னு கேட்டுருக்கா. அப்படியே பழக்கம் ஆகிருச்சு. நான் மூணு மாசம் கழிச்சு திரும்பி வந்தப்போ என் சம்சாரம் அவன் கூட இருந்தா'' என்றார்.

பரமசிவத்திற்கு அவர்கள் இருவர் மீதும் எந்தப் புகாருமில்லாமல் இருந்தது எனக்கு ஆச்சரியமாய் இருந்தது. அன்று இரவு உறங்குவதற்கு முன் அலைபேசியை மீண்டும் உயிர்ப்பித்தேன். எனது வங்கிக் கணக்கில் இன்னொரு ஆயிரம் ரூபாய் செலுத்தப்பட்டதற்கான குறுஞ்செய்தி வந்திருந்தது. நான் கூகுள் பே செயலியை சோதித்துப் பார்த்தேன். பணம் அனுப்பிய எண்ணிலிருந்து எனக்கு வாட்ஸப்பில் மோசமான வசைகள் வந்திருந்தன. நான் அந்த எண்ணை பிளாக் செய்தேன். ``இனிமேல் பணம் வேண்டாம்'' எனத் தட்டச்சு செய்து பரமசிவத்திற்கு அனுப்பினேன். அவர் சரியெனப் பதிலளித்தார். ``எதற்கு என்னைத் தேர்ந்தெடுத்தீர்கள்? உங்கள் தெருவிலேயே யாரையேனும் பிடித்திருக்கலாமே?'' எனக் கேட்டேன். அவர் வடிவேலு ஏட்டாய் இருக்கும் புகைப்படத்தை அனுப்பி ``அவங்கெல்லாம் தொழிலக் கத்துக்குவானுங்க தம்பி'' என்றார். நான் ஒரு புன்னகையைப் பதிலாய் அளித்து விட்டு ``என் நண்பர்களிடம் இன்று நடந்ததைச் சொன்னேன் அவர்கள் அனைவரும் உங்களைத்தான் லூசுக் கூ.... என்றார்கள்'' என அனுப்பி வைத்தேன். ``சரி விடுங்க தம்பி அப்படி இருக்குறதுலயும் ஒரு சொகம் இருக்கு'' எனப் பதிலளித்தார். நான் அவருக்கு ஒரு புன்னகையை அனுப்பிய பின் அலைபேசியின் பேட்டரியை அணைத்து வைத்தேன்.

பொற்பனையான்

பனம்பழங்கள் பழுத்துதிர்ந்து ஓணான்களை மிரண்டோடச் செய்த வெங்காடு அது. ஆளுயரத் திருகுக்கள்ளிகள் உள்நுழைபவர்களைக் கட்டியணைக்க முயல்வதைப் போல் கிளைகளை விரித்திருந்த ஒற்றையடிப் பாதைக்குள் அவன் பெனுவாவை அழைத்துச் சென்றான். அப்பாதை குருதியில் தோய்ந்த துண்டாடப்பட்ட சிரசுகளைப் போல் செம்பறாங்கற்கள் நிரம்பியிருந்த பகுதிக்கு அவர்களை அழைத்துச் சென்றது. அச்செம்மண் பரப்பு அங்கு மட்டும் கரிசலாய் மாறியுள்ளதைக் கண்டு முதலில் அதிசயித்த பெனுவா அவ்விடந்தோறும் படர்ந்திருந்தது சாம்பல் துகள்கள் என்பதையறிந்து இக்கருப்பர்கள் புரியா மொழியில் பிதற்றும் தொல்சடங்கு நிகழும் வெளியது என யூகித்தான். குங்குமத்தில் ஒற்றியெடுக்கப்பட்டு இறைந்து கிடந்த எலுமிச்சை துண்டுகளையும் நரிகளின் காலடித்தடங்களையும் பெனுவா பார்த்திருக்க அவன் ஒவ்வொரு செம்பறாங்கல்லாய்ப் புரட்டினான். எல்லாவற்றின் அடியிலும் பளிங்கு நிறத் தேளொன்று தன் கொடுக்கை உயர்த்திச் சுற்றி வந்தது. ஏன் கற்களின் அடியில் அவை பதுங்கியுள்ளன எனப் பெனுவா மனதில் எண்ணியதை அறிந்தவனைப் போல் பனிக்காலமாதலால் அவைகளுக்கும் குளிரெடுக்குமென்றான். அவன் சற்று பெரிய செம்பறாங்கல்லைப் புரட்டுவதற்குச் சிரமப்பட பெனுவாவும் தன் உதவியை அளித்தான். அதனடியில் கொடுக்கை உயர்த்திய தேள் அத்திப்பலகையில் கரித்துண்டால் தீட்டப்பட்டிருந்த விலங்கு மாரணச்சக்கரத்தின் மையத்திலிருந்தது. பெனுவா தன் மனதில் உணர்ந்த அதிர்வின் எதிரொலியாய் சட்டென மயில்களின் அகவலோசை காட்டை அதிரச் செய்தன.

மஞ்சள் நிற உலோகத்தின் மீதான ஐரோப்பியர்களின் ஈர்ப்பு கீழை நாடுகளின் மர்மங்களுக்குள் பெனுவாவை நுழையச் செய்திருந்தது. உலகின் மேல் கோடியிலிருந்து ஸ்பானியர்கள் மூட்டைகளில் நிறைத்து வரும் தங்கத்தின் எடை தாளாமல்

கப்பல்கள் பெருங்கடலுக்கு இரையாகும் கதைகளை அவனும் அறிந்திருந்தான். மேற்குலக நாடுகளின் இரசவாதிகள் தங்கத்தின் மீது அளவுகடந்த பிரேமை உடையவர்களென்றும் கீழைத்தேய இரசவாதிகளோ அதைத் தன் மலத்திற்கு ஒப்பாய் நினைப்பவர்களென்றும் தன் ஆசிரியர் சொல்ல அவன் கேட்டிருக்கிறான். உண்மையில் தன் ஆய்வுகளினூடாக அவன் அனுமானித்திருந்த கருதுகோள் ஒவ்வொரு பொருளும் அதன் மூலக்கூறு எண்ணிக்கைக்கு ஏற்ப பிறிதொன்றாய் மாற்றமடையும் என்பதாகும். ஆகவே சில சமயம் தன் தேடலே தெய்வநிந்தனையோ என்ற ஐயம் அவனுக்கு எழும். ஏனெனில் தன் ஆய்வுகளின் இறுதியில் உயிரைத் தோற்றங்கொள்ளச் செய்யும் மூலக்கூறுகளின் எண்ணிக்கையைக் கண்டடைவோம் என அவன் நம்பியிருந்தான். இருப்பினும் படைப்பின் மூல ஊற்று ஒரு மானுடனின் அறிதிறன் வரம்பிற்குட்பட்டதா என்ற ஐயமும் அவனுக்கு எழும். சில சமயம் இவையனைத்தும் வெற்றுப் பகல் கனவென்று கூட அவனுக்குத் தோன்றும். அவை மானுடகுலத்தின் வீணான எத்தனிப்புகளென்றும் இதோ தன் முன் வெற்றுடலோடு நிற்கும் பனைமர நிறமுடையவனும் வெறும் தன் மாயைகளின் புலனுரு மட்டுமே எனக்குழம்பி நிற்பான். உச்சரிக்கும் போதே இரசவாதிகளை வசியமுறச் செய்யும் பொற்பனையான் எனும் அவனது பெயரும்.

திசையறியா வேடுவச்சியின் கதை
(அ) பொற்பனம்பழங்கள் காய்த்த கதை

இண்டங்கொடியில் வளை செய்து முயலுக்காய்க் காத்திருந்த வேடுவச்சி அன்றைய நாளில் இன்னும் ஒரு முயல்கூட கண்ணில் அகப்படாததை எண்ணி நொந்து கொண்டாள். வேடன் புற்றுத்தேன் எடுக்க வடக்கே சென்றிருந்தான். கொழுத்த முயலையும் சுரைக் குடுவையில் தேனையும் எதிர்பார்த்து வளநாட்டுச் செட்டி மாலையில் கூடை நிறைய தினையரிசியோடு காத்திருப்பான். ஏனோ இன்று வேடுவச்சிக்கு வெளிர் நிறப் புழுக்கைகள் கூட கண்ணில் தட்டுப்படவில்லை. நேற்றிரவு வளையில் அகப்பட்டிருந்த முயலும் கீரிப்பிள்ளைகளுக்கு இரையாகியிருந்தது. குடுவை

நீரின் இறுதி மிடறும் முடிவுற்று வெகுநேரமாகியிருந்ததால் குருந்தம்பழத்தின் சாற்றை உறிஞ்சி நாவறட்சியைப் போக்கிக் கொண்டாள்.

சீவார்த்திகள் ஒடுங்கிய உச்சி வேளையாகியிருந்தது. ஒதுங்க நிழலில்லா அப்புதர்க்காட்டின் மையத்தில் ஒற்றைப்பனை மட்டும் தன் குடுமியின் நிழலைப் பாதங்களுக்குள் ஒளித்திருக்க வேடுவச்சி அப்பனையின் அடிமரத்தில் முதுகைச் சாய்த்து பெருமூச்செறிந்தாள். கைக்கெட்டும் தூரத்தில் ஈச்சங்கன்றைப் போல் ஊசியான இலையொன்று அப்பெருமூச்சில் ஆடி அடங்கியது. பறவைகள் தன் கூடுகளுக்காய் சேகரித்திருந்த கருவேல முட்கள் அவ்விடந்தோறும் சிதறிக்கிடக்க அவற்றிலொன்றை எடுத்து அக்கன்றைச் சுற்றிச் சுரண்டி கிழங்கைப் பெயர்த்தெடுத்தாள். அக்கிழங்கின் நளினமான வடிவம் அவளை உண்ணத் தூண்டியது. தன் சேலையில் கிழங்கைத் துடைத்தவள் சிறுதுண்டை உடைத்து வாயிலிட்டாள். முதலில் துவர்ப்பாயிருந்த அதன் சுவை உமிழ்நீரோடு சேர்ந்து கைப்புச் சுவைக்கு மாறியது. அதை மேற்கொண்டு சுவைக்க விரும்பாமல் வாயில் மிச்சமிருந்த கிழங்குச் சக்கையை வேகமாய் உமிழ்ந்தவளின் நாக்கு உடலிலோர் தனித்த இருப்பாய் உணருமளவு தடித்திருந்தது. உமிழ்நீர் சுரப்பின் ஊற்று ஓயாமல் சுரக்க உமிழ இயலா எச்சில் அவள் தொண்டைக்குழிக்குள் இறங்கி குரல்வளையை இறுகச் செய்தது. உண்ணத் தகாததை வாயிலிட்டோம் என அவள் சுதாரிப்பதற்குள் போதம் நழுவி முடிவற்ற நீலவானம் வெண்ணிறமாகத் துவங்கியது.

எங்கு செல்கிறோம் என்பதை உணராத வேடுவச்சி மிருகங்கள் மட்டுமே அறிந்த கானகத்தின் புதிர் பாதைகளுக்குள் அலைந்து திரிந்தாள். நடப்பதைப் போல் கிறக்கமூட்டுவது பிறிதில்லை என அவள் நடையின் வேகம் துரிதமாயிருந்தது. இலை விளிம்புகளின் நுண்மைகள் எதுவும் புலனாகாதவளின் விழிகளில் திசையெங்கும் பச்சையம் நுரையாய் பொங்க வனத்தின் ஓசைகளான புள்ளினங்களின் கூவலையும் வண்டுகளின் ரீங்காரத்தையும் தானும் எதிரொலித்துக் களித்தாள். துள்ளியோடிய முயல்களைப் போல் பாய்ந்து ஆவாரம் புதர்களுக்குள் மறைந்தாள். சூரை முட்களும்

இலந்தை முட்களும் உண்டாக்கியிருந்த உடலின் கீறல்களை அவள் பொருட்படுத்தவில்லை. தான் செல்ல வேண்டிய மேல் திசையில் நீலவானம் செந்தீற்றல்களாய் மினுங்கிய அந்தியையும் தற்போது மீன்விழிகளால் சிமிட்டும் இரவையும் அவள் அறியவில்லை. அவள் பார்வையில் பச்சையம் வெளிறி வெண்ணிறம் படர்ந்திருக்க தூரத்தில் ஒலித்த ஊளைச் சத்தத்திற்கு எதிர்வினையாற்றினாள். அரை நாழிகைக்குள் புதர்களுக்குள் அரவம் கேட்க பின் அவளைச் சுற்றி இணைச் சுடர்கள் வெளியெங்கும் அலை பாய்ந்தன. அச்சுடர்களையே வெறித்தவள் அவற்றின் லயத்தில் மயங்கியவளாய் மண்டியிட்டுச் சரணடைந்தாள். அவளை நெருங்கிய சுடர்களின் புலால் நாற்றம் வேடனின் முயக்கத்தை நினைவுறுத்தி அவளைப் புன்னகைக்க வைத்தது. அச்சுடர்களின் உறுமலையும் சூடான மூச்சையும் உணர்ந்தவளின் உடலில் கூர்மையான பற்கள் பதியவிருந்த தருணத்தில் வலிமையான கரமொன்று அவளைப் பற்றிப் பின்னால் இழுத்தது. தன் கோவணம் வரை நீண்டிருந்த சிக்கேறிய சடை முடியோடு நின்றிருந்த சித்தனின் மறுகரத்திலிருந்த வம்பரையின் குறுந்தடி காற்றில் சுழல நரிகள் அவ்விடத்தை விட்டு மிரண்டோடின.

புற்றுத்தேனுடன் மாலை முதல் காத்திருந்த வேடன் விளக்கேற்றும் வேளையாகியும் குடிசைக்குத் திரும்பா வேடுவச்சியை எண்ணித் துணுக்குற்றான். வேடுவச்சி கானகத்தின் ஒவ்வொரு பனையையும், பாலையையும் மனனமாய் அறிந்தவள். வேடனுக்கு நஞ்சுமுறிவு மூலிகையான கிரந்திநாயகம் கிடைக்கும் இடங்களைக் காட்டித் தருபவள் அவளே. ஆகவே வேடுவச்சி திசை தவறியிருப்பாள் என்ற எண்ணமே அவன் மனதில் எழவில்லை. நாரத்தம் பழத்தோலால் ஆன அகலில் இலுப்பை எண்ணெய் ஊற்றி விளக்கேற்றியவன் அதற்கு மேல் காத்திருக்கும் மனநிலையை இழந்தவனாய் கையில் எருமைக் கொம்புடன் கானகத்திற்குள் நுழைந்தான். ஒவ்வொரு முறையும் அவன் கொம்பை ஊதி அடங்கிய போதும் எதிர்வினையாய் சில்வண்டுகள் இன்னும் செறிவாய் ரீங்கரித்தன. வெகுதொலைவில் ஒலித்த பசியடங்கா நரிகளின் ஊளைச் சத்தம் அவன் மனதில் ஏதென்று சொல்லவியலா ஒரு துயரைத் தருவித்தது.

சித்தன் வேடுவச்சியின் கரங்களைப் பற்றிக் கொம்பூதும் ஒலி கேட்ட திசையை நோக்கி அழைத்துச் சென்றான். வனத்தின் ஓசைகளை ஊடறுத்து ஒலித்த அவ்வழைப்பின் துயரத்தை உணர்ந்த சித்தன் அருகிலிருந்த ஆவாரம் புதர்களை நோக்கி விரல்களைச் சொடுக்கினான். உள்ளிருந்த மணிப்புறா இணைகள் மேற்கு நோக்கிப் பறந்து வேடனை வட்டமிட்டுத் திரும்பின. மணிப்புறாக்கள் பறந்த திசையில் நடந்த வேடன் சித்தனையும் வேடுவச்சியையும் கண்டதும் சித்தன் முன் நெடுஞ் சாண் கிடையாக விழுந்தான். ''உன் மனையாள் திசை கிழங்கை உண்டிருக்கிறாள்; நரிகளுக்கு இரையாகவிருந்தாள்; குடிலுக்குச் சென்றதும் தும்பைச் சாற்றை நாசியில் விடு போதம் மீண்டு விடும்'' எனச் சொல்லிய சித்தன் வேடுவச்சிக்கு இரட்டை நாடி துடிப்பதால் கானகத்திற்குள் அனுப்ப வேண்டாமென அறிவுறுத்திச் சென்றான். தன் குலம் காத்த சித்தன் சென்ற திசையைச் சற்றுநேரம் வணங்கி நின்ற வேடனை மீண்டும் மணிப்புறா இணைகள் வட்டமடித்துப் பறந்தன.

வேடன் வளநாட்டுச் செட்டியிடம் பண்டமாற்றாய் பெற்ற தினையரிசியைப் புட்டவித்துத் தேனுடன் சித்தனைத் தேடி காட்டிற்குள் அலைந்தான். தான் சென்றவிடங்களில் எல்லாம் சித்தனின் இருப்பை உணர்ந்தவனுக்கு ஏனோ அக்காட்டின் ஒவ்வொரு அசைவையும் சித்தன் உணர்வதாய் ஒரு மயக்கம். மாலை வரை தேடியும் சித்தன் கண்களில் அகப்படவில்லை என்றாலும் நாள் தவறாமல் வேடனின் தேடல் மட்டும் தொடர்ந்தது. வேடன் நம்பிக்கையிழந்த ஒருநாள் அவனை இடைமறித்த சித்தன் மறுநாள் இலுப்பை மரத்தடியில் காத்திருக்கும்படி சொன்னான். இலுப்பை மரத்தடியில் காலை முதல் மாலை வரை காத்திருந்து அயர்ந்திருந்த நேரத்தில் சித்தன் எதிர்ப்பட்டு வேடனே அறியாத கானகத்தின் பகுதிகளுக்கு அழைத்துச் சென்றான்.பெளர்ணமி இரவில் ஒளிரும் நிலவெளியாய் அப்பகுதி இருந்தது. அவ்விடத்தின் மண் மேற்பரப்பில் தெரிந்த சுண்ணப் பொடியை ஒத்த பூநீறு துகள்களைத் தாழம்பூச் செடி மடலில் சேகரித்துக் கூடையிலிட்டார்கள். விடியலில் வேட்டி ஒன்றினைப் புற்தரையின் மேலாக உருட்டியபின் அத்துணியைப் பிழிந்து

சேமித்த பனிநீரில் பூநீறைச் சுத்தி செய்தனர். அன்றிலிருந்து சித்தன் கேட்கும் பொருட்களை வேடன் சேகரித்து வந்தான்.

தன்னைச் சித்தனின் நிழலாய் வேடன் உணரத் தொடங்கிய நாளொன்றில் அவனது மனைவியின் இரத்தசோகைக்குச் சித்தன் பற்பமொன்றைத் தந்தான். சித்தன் கேட்டதற்கேற்ப செம்பறாங்கற்களில் வேடன் குழியெடுத்துத் தர பால்வடியும் ஒன்பது மரங்களின் சுரப்பை அக்குழியில் சேகரித்துச் சித்தன் சூரியப்புடத்தில் வைத்தான். விநோதமான வண்ணக் கலவைகளில் சித்தன் வடிக்கும் தைலங்களின் மணம் வன சீவராசிகளின் நாசியை நிறைத்தன. யாருக்கும் மருத்துவம் செய்யாத சித்தன் எதற்காக இம்மருந்துகளைச் செய்கிறான் என்பது மட்டும் வேடனுக்கு விளங்கவில்லை. வேடன் கொணரும் தேனோ தினை மாவோ எதையும் சித்தன் உண்பதில்லை. அவை தவிட்டுக் குருவிகளுக்கும் தேன் சிட்டுகளுக்குமான உணவாகியிருந்தன. உண்ட பின் சித்தனின் ஏவலாளிகளாய் தவிட்டுக் குருவிகள் மாறி கானகத்திலிருந்து தன் அலகுகளில் பாலைப் பழங்களைக் கொண்டு வரும்.

சித்தனுக்கென்று தனியான மணமொன்று இல்லை. செம்மண் குழைவை உடலில் பூசி வனத்தின் அரூப வாசனைகளோடு உலவியவன் காற்றை உண்டு உயிர் வாழ்வதாய் வேடனுக்குத் தோன்றும். சூரியன் உச்சியை அடையும் நேரத்தில் சித்தன் சற்றுநேரம் அதை வெறித்திருப்பான். உச்சியிலிருந்து பின் பார்வையை அகற்றும் அவனது விழிகள் இரவாடிகளுடையதைப் போல் ஒளிர்ந்து அணைவதை வேடன் அதிசயத்துடன் பார்த்து நிற்பான். அவனறிந்த எளிய தாவர வர்க்கங்களைச் சித்தன் தாது உப்புகளுடன் குழைத்து விந்தையான கலவைகளாக்க வேடன் அவற்றை மையாய் அரைத்தான். பின் அக்கலவையைப் புடமிட காட்டு மாடுகளின் எருவைச் சாண வண்டுகள் உருட்டிச் செல்வதற்கு முன் அள்ளி வந்து வரட்டியாக்கினான்.

சித்தன் செய்யும் பணிகளின் விளைபொருட்கள் என்னவாகின என்ற கேள்விகள் வேடனின் மனதில் எழாமலில்லை. ஆனால் வேடன் அதைக் கேட்கும் துணிச்சலற்றிருந்தான். சித்தனின் வேலைகள் முடிவுற ஒரு மண்டலம் ஆகியிருக்கும். வழக்கத்திற்கு மாறாய் ஒருநாள் வேடன் கொணர்ந்த உணவை

உண்ட சித்தன் ஒற்றைப் பனையில் சாய்ந்தவாறு கீழ்வானை வெகுநேரம் வெறித்தவாறிருந்தான். வேடன் கிளம்ப எண்ணிய தருணத்தில் சித்தன் தன் விரல்களைச் சொடுக்க வேடன் அருகில் பனம்பழமொன்று விழுந்தது. சித்தனை வணங்கி அதை எடுத்துக் கொண்டு கிளம்பினான். மறுநாள் அப்பனையடியில் சித்தனைக் காணவில்லை. ஆனால் பனம்பழமொன்று கிடந்தது. சித்தனை மனதிற்குள் வணங்கி அதை எடுத்துக் கொண்டான்.

சித்தன் கானகத்தை நீங்கிவிட்டானென்று உள்ளுணர்வு சொன்னாலும் ஏதோவொன்று அப்பனையை நோக்கி வேடனை ஒவ்வொரு நாளும் வரச்செய்தது. என்னவென்று அவன் யோசிக்கும் வேளையில் பனங்குலைகள் ஏதுமற்ற ஒற்றைப் பனைமரம் தினம் ஈனும் பனம்பழங்கள்தான் என்பதை அறிந்தான். அன்றைய நாளில் அவன் சுரைக்குடுவையில் தேனோடும் முயலோடும் அன்று கிடைத்த பனம்பழத்தோடும் வளநாட்டுச் செட்டியைக் காணச் சென்றான். வளநாடெங்கும் கழனிகளில் கதிர்மணிகள் பொன்நிறத்தைத் தழுவியிருந்தன. இன்னும் சில நாட்களில் அறுப்புக்குக் காத்திருந்த தானியங்களை வைக்கோல் பொம்மைகள் பறவைகளிடமிருந்து காவல் காத்தன. கழனிகளின் மறுகோடியிலிருந்து வேடன் வருவதைக் கண்ணுற்ற செட்டி காரை உதிர்ந்த தன் வீட்டிற்கு வந்தான். அங்கு வேடனுக்குத் தர வேண்டிய தினையரிசி கூடையில் தயாராயிருந்தது. செக்கில் அரைபடும் எள்ளின் மணம் வெளியெங்கும் நிறைந்திருந்தது. செக்கின் சுழலுக்குள் உழன்று ஓய்வை விரும்பிய மாடுகளை ஏசும் ஒலிகள் கேட்டன.

முயலின் காதுகளைப் பற்றித் தூக்கிய செட்டி அதன் ஊனை நினைத்து உமிழ்நீரை விழுங்க செட்டியின் மனைவியோ அதன் குருதியை நினைத்து தோளைத் தாண்டாத தன் பின்னலை ஏக்கத்துடன் தடவிக் கொண்டாள். தினையரிசிக் கூடையை வேடனிடம் தரும்போது செட்டியின் பார்வை பனம்பழத்தின் மீது விழுந்தது. அதை ஏன் தூக்கித் திரிகிறாய் எனச் செட்டி வினவ வேடன் பனம்பழம் கிடைத்த கதையைச் சொன்னான். அதை கையில் வாங்கியவன் வழக்கத்திற்கு மாறான அதன் எடையில் ஏதோ உணர்ந்தவனாய் மேலும் கால் படி தினையரிசிக்குப் பனம்பழத்தை பெற்றுக் கொண்டான்.

அன்றிரவு உறங்குவது போல் பாசாங்கு செய்து கொண்டிருந்த செட்டி தன் மனைவியும் பிள்ளைகளும் உறங்கிய பின் அப்பனம்பழமிருந்த பூசையறைக்குச் சென்றான். பனம்பழத்தைக் கையில் ஏந்தியவனை மீண்டும் அதன் கணம் திகைப்புக்குள்ளாக்கியது. அம்பிகை ஓவியத்தின் முன் எரிந்து கொண்டிருந்த அகல் விளக்கின் திரியைத் தூண்டியவனின் நிழல் அமானுடத் தன்மையோடு அவ்வீட்டினுள் அலைபாய்ந்தது. அரிவாளைக் கொண்டு பனம்பழத்தின் மேல்பகுதியை அறுத்தவன் குறுங்கத்தியால் குடைந்து கொட்டையை வெளியிலெடுத்தான். அக்கொட்டையிலிருந்து பொன்னிற ஒளி பூசையறையெங்கும் நிறைய அவன் கண் பாவைகள் பித்தனுடையதைப் போல் விரிந்து பிரக்ஞையிழக்கச் செய்தது. அவனது உதடுகள் அனிச்சையாய் சொர்ணம், தங்கச் சுளைகள், பொற்பனம்பழம் என்ற வார்த்தைகளை முணுமுணுத்துக் கொண்டிருந்தன. மறுநாள் காலை பூசையறைக்குள் உறங்கிக் கிடந்த செட்டி தன்னை எழுப்பிய மனைவியை நோக்கி யாரிவள் என்பதைப் போல் விழித்தான்.

ஆதிமுனியின் கதை
(அ) கற்பக விருட்சத்தின் கதை

வேடன் தனக்குக் கிடைத்த நாற்பத்தியெட்டுப் பொற்பனம்பழங்களில் முதல் நாள் கிடைத்ததைத் தவிர மற்ற அனைத்தையும் செட்டியிடம் தந்து தானியங்களைப் பெற்றிருந்தான். சில மாதங்களில் அவன் கட்டும் மாளிகை குறித்த தகவல் வேடனையும் எட்டியது. எதோ தான் தவறிழைத்துள்ளதாய் வருந்தியவன் தன்னிடமுள்ள ஒற்றைப் பனம்பழம் இன்னும் அன்று கிடைத்ததைப் போலிருக்கும் விநோதத்தை அப்போதுதான் உணர்ந்தான். அரிவாளால் பனம்பழத்தை உரித்தவன் அதன் பொற்சுளைகளைக் கையிலேந்தி புரியாமல் விழித்தான். தன் குடிகள் இதுவரை பொன்னை அணிந்ததில்லையென்றாலும் சித்தனளித்த பொற்பனம்பழங்கள் தன் குடியின் பதினெட்டு வீடுகளுக்கும் அதன் ஒன்பது தலைமுறைகளுக்கும் போதுமெனச் சொல்லி மனைவியிடம் புலம்பினான். நிறை சூலியாயிருந்த மனைவி

செட்டியிடம் சென்று இருபது பொற்பனம்பழங்களையாவது கேட்டுப் பெறுமாறு அவனை அனுப்பி வைத்தாள்.

வேடன் தான் தந்த பனம்பழங்கள் பொற்சுளைகளால் ஆன விவரத்தை அறிந்துவிட்டதாய் செட்டியிடம் தெரிவிக்க மறுமொழியாய் செட்டி அதறியாமல் பனம்பழங்களனைத்தையும் அரிசி மாவுடன் சேர்த்து தன் மனைவி பணியாரங்கள் சமைத்ததாய் சொல்லிப் புன்னகைத்தான். மேற்கொண்டு பேச விரும்பாதவனாய் அவ்விடத்தை விட்டு அகன்ற செட்டியின் செவிகளுக்கு வேடனின் முறைப்பாடுகள் எதுவும் விழவில்லை. இனி செட்டியிடம் பேசிப் பயனில்லையென உணர்ந்த வேடன் வேளிர் மன்னனின் வழக்காடு மன்றத்திற்கு முறையிடச் சென்றான்.

விளையாத பருவத்தின் சுங்கத்தையும் மறுவிளைச்சலில் கணக்கிட்டு வசூலிப்பவன் வேளிர் மன்னன். அவனுக்குக் குடிகள் மீது அக்கறையிருக்கவில்லை. மதியில்லாதவனுக்கு மதிகெட்டோர் ஆலோசகர்களாயிருந்தனர். எங்கும் அரசிற்கு இசைவின்மை நிலவிய காலமது. மன்னனின் வழக்காடு மன்றத்திற்கு வேடன் வந்ததைக் காவலாளிகள் நகையாடிக் கொண்டிருந்தனர். அவர்கள் விசயத்தை வினவ முறைப்பாடுகளை மன்னனிடம் தெரிவித்துக் கொள்வதாய் வேடன் கூறிவிட்டான். வேட்டையில் இரை விழவில்லையென்றால் அம்பை நன்றாய் கூர் தீட்டிக் கொள்ளுமாறும் குறி தவறுகிறதென்றால் கண் புரைக்கு வைத்தியரை அணுகுமாறும் ஒருவன் ஏளனம் செய்ய மற்றவன் வைத்தியர்களைக் காண்பதும் தற்போது இயலாதவொன்றெனவும் நாட்டின் அனைத்து வைத்தியர்களையும் முந்தைய மாதத்தில் வரச் செய்த மன்னன் அவர்களிடம் ஏதோ ஒரு முக்கியமான பணியை ஒப்படைத்துள்ளதாகவும் தெரிவித்தான்.

வழக்காடு மன்றத்தின் நடுநாயகமாய் அமைந்திருந்த மன்னனிடம் முறையிடும் மக்களின் கேவல்கள் வாயில் வரை ஒலித்தன. அதற்கு மன்னனின் தீர்வுகள் என்னவாயிருந்தன என்பதை விரக்தியுடன் திரும்பிய அவர்களின் முகங்களிலிருந்தே வேடனால் ஊகித்தறிய முடிந்தது. இவையெல்லாம் பொருளற்ற முயற்சிகள் என உணர்ந்த வேடன் திரும்பிவிடுவோம் என

எண்ணிய தருணத்தில் காவலாளிகள் அவனை அவைக்குள் போகச் சொன்னார்கள். அவனும் வேறு வழியற்று கை கூப்பியவாறு அவையில் நுழைந்து மன்னனின் முன் உடல் குறுக நின்றான். அவனை ஏற இறங்கப் பார்த்த மன்னன் முறையீட்டைத் தெரிவிக்கச் சொன்னான்.

அந்த அவை திசையறியா வேடுவச்சியின் கதை அல்லது பொற்பனம்பழங்கள் காய்த்த கதையை வேடனின் மூலம் அறிந்தது. முதலில் அசிரத்தையாய் இருந்த மன்னன் இறுதியில் கண்கள் ஒளிர "நீ சொன்ன கதை பொய்யென அறிய நேர்ந்தால் வல்லூறுகளுக்கு இரையாக்கப்படுவாய்" என வேடனை அச்சுறுத்தினான். அவனோ தான் சொன்ன கதையின் உண்மையை நிறுவ வேண்டி இடைக் கச்சையில் முடிந்து வைக்கப்பட்டிருந்த தங்கச் சுளையொன்றை மன்னனின் பாதங்களில் வைத்தான். ஏவலாளி அதையெடுத்து மன்னனிடம் தர பொற்சுளையைக் கையிலேந்தியவன் தானிருக்குமிடம் அவையென்பதை மறந்து தன்னிலை இழந்தவனாய் அகோரமாய் சிரித்துக் கூத்தாடினான். மருத்துவக் கூடத்திலிருந்து ராஜ வைத்தியனை அழைத்து வரச் சொன்னவன் வேடனின் கதையை ராஜ வைத்தியனிடமும் உரைக்கச் சொல்லி மீண்டுமொரு முறை அக்கதையைக் கேட்டான். ராஜ வைத்தியனின் உதடுகளே அச்சொல்லை முதலில் உச்சரித்தன. ராஜ வைத்தியனின் எதிர்வினையை ஆவலுடன் மன்னன் எதிர்பார்த்திருக்க அவனோ மன்னனை நோக்கிக் குறுநகையுடன் கற்பக விருட்சம் என்றான். அவனின் சொல்லை வாங்கி மன்னனின் உதடுகளும் கற்பக விருட்சமென உரைக்க அவையும் அதை வழிமொழிய தோரண வாயில்களைத் தாண்டி திசையெங்கும் கற்பக விருட்சமென்ற சொல்லே எதிரொலித்தது.

ஏனாதியை அழைத்த மன்னனுக்குக் கற்பக விருட்சத்தைப் பற்றி மீண்டும் சொல்ல அவசியம் நேர்ந்திருக்கவில்லை. அவனது வீரர்களில் எட்டுப் பேருடன் கானகத்திற்குச் சென்று கற்பகவிருட்சத்தைக் கண்டறிய உத்தரவிடப்பட்டான். வேடன் தான் குடிலுக்குத் திரும்ப அனுமதிக்குமாறு மன்னனிடம் பணிய மன்னன் புன்னைகைத்தவாறே பொற்சுளையை விரல்களில் உருட்டியவாறு அவையை நீங்கினான். அதை ஏக்கத்துடன்

பார்த்திருந்த வேடனின் தோள் மீது ஏனாதியின் கைகள் ஆதுரத்துடன் பற்றுவதைப் போல் அதிகாரத்தின் மொழியை உணர்த்தின. குதிரைவீரர்களுடன் கானகம் செல்லும் வேடனை நோக்கிப் பாதையின் இருமருங்கிலும் குவிந்திருந்த மக்கள் கூச்சலிட்டனர். வேடன் ஓட்டமாய் முன் செல்ல குதிரைகள் அவனைப் பின்தொடர்ந்தன.

இரு நாழிகை ஓட்டத்திற்குப் பின் அவர்கள் கானகத்தை அடைந்தனர். குளம்போசைகளின் அதிர்வுகளில் சிற்றுயிர்கள் புதர்களுக்குள் ஒடுங்கின. வேடன் ஒவ்வொரு முறை திரும்பும் போதும் ஏனாதியின் குதிரை மட்டுமே புலனாகியது. அது கிளப்பிய புழுதியைப் பாதையாய் படைவீரர்களின் குதிரைகள் பின்பற்றின. அதோ அந்தப் பாலை மரத்தைத் தாண்டிய வளைவில் திரும்பினால் ஒற்றைப்பனை தென்படும் என எண்ணியவன் சித்தனை மனதிற்குள் வணங்கினான். ஆனால் வளைவில் திரும்பியதும் ஒற்றைப்பனை கண்ணில் படாதது அவனுக்கு வினோதமாய் இருந்தது. அவ்விடத்திற்குச் சென்று புரியாமல் குழம்பியவன் வெற்றிடத்தை ஏனாதியிடம் சுட்டி விழித்தான்.

ஏனாதியின் கண்கள் வேடனைத் துளைத்து அவனது அகத்தை அறிய முயன்றது. அவ்விழிகளில் எவ்வித ஏமாற்றுத் தந்திரத்தையும் உணராத ஏனாதி அவ்விடத்தை ஒரு முறை சுற்றி வந்தான். பின் தன் எட்டு வீரர்களையும் திசைக்கொருவராய்ச் சென்று கண்ணில்படும் முதல் ஒற்றைப் பனையின் பழத்தைக் கொணருமாறு உத்தரவிட்டான். வீரர்கள் கொணர்ந்த பனம்பழங்கள் ஏனாதியின் வாள் ஒரே வீச்சில் இரு துண்டுகளாய்ப் பிளந்து திசையெங்கும் அதன் மணத்தைப் பரவச் செய்தது. மீண்டும் தன் வீரர்களை அடுத்த ஒற்றைப் பனையின் பழத்திற்காய் அனுப்பியவன் உச்சியிலிருந்து இறங்கிய வெயிலை விரோதியாய் வெறித்திருந்தான். அரை நாழிகைக்குள் திரும்பியமுதல் வீரனை நோக்கி அவனது குரோதப் பார்வை சென்றது. அனைவரும் திரும்பும் வரை காத்திருந்தவன் அம்முதல் வீரனை நோக்கி அவன் கொணர்ந்தது ஒற்றைப் பனையின் பழத்தையா? என வினவ அவ்வீரனும் சிறிது தடுமாற்றத்துடன் ஆமெனப் பணிந்தான். முதலில்

மெல்லியதாய் புன்னகைக்கத் தொடங்கிய ஏனாதியின் உதடுகள் பின் உக்கிரத் தொனியில் நீ அரை நாழிகைக்குள் சென்று திரும்பிய அம்மரத்தைத் தனக்குக் காட்டுமாறு உச்சரித்தன.

ஏனாதியின் கண்கள் ஒவ்வொருவரையும் மேய்ந்தவாறிருக்க முதல் வீரன் முழங்காலிட்டவாறு ஏனாதியின் தயவை எதிர்நோக்கி மன்றாடியவாறிருந்தான். அவனது மன்றாடல்கள் எவ்விதப் பொருளையும் ஏனாதிக்கு உணர்த்துவதாய் தெரியவில்லை. தனது இடைக்கச்சையிலிருந்து உடைவாளை உருவிய ஏனாதி அதுவரையிலும் தன்னை உக்கிரமாக்கிய ஞாயிறின் கிரணங்களை வீரனின் முகத்தில் எதிரொளித்து மகிழ்ந்தான். பின் வாளை வீரனின் கழுத்தில் மெல்லிய கோடாய் கீறியவன் கசிந்த குருதியோடிருந்த வாளை வேடனிடம் தந்து வீரனின் தலையைக் கொய்யச் சொன்னான். அதுநாள்வரையிலும் உணவிற்காக அல்லாது எவ்வுயிரையும் கொன்றறியாத வேடன் "படை வீரனின் தலையைத் தான் கொய்வது அரச தர்மமன்று" எனக் கெஞ்சினான். "உன்னைக் கற்பக விருட்சத்தின் காவலாளியாய் அரசர் நியமித்துள்ளார். ஆகவே கட்டளைக்கு முறையாய் பணியா வீரனைக் கொல்வது அரச தர்மமே" என்னும் ஏனாதியின் பதிலைத் தட்ட வேடனுக்கு வழியிருக்கவில்லை. வேடனின் கரங்கள் வாளை நடுக்கத்துடன் பற்றின. தலை கவிழ்ந்த வீரனின் கண்ணீர்த் துளிகள் நிலத்தில் சொட்டியவாறிருக்க வேடனின் கரத்தில் ஓங்கிய வாள் அவனுடலைத் துளைப்பதா அல்லது துண்டிப்பதா எனச் சிந்தித்தது. சட்டென அவ்வாள் ஏனாதியின் கழுத்தை நோக்கிப் பாய அவ்வேகத்திலும் சுதாரித்த ஏனாதி பின்வாங்கியவனாய் மண்ணில் உருண்டெழுந்தான். தன் வீரனொருவனிடம் வாளைக் கேட்டவன் மற்றவர்களை நோக்கி வேடனைப் பிடிக்குமாறு கட்டளையிட்டான். ஆனால் வீரர்களின் முகத்தில் தெரிந்த விரோதமும் யாரிவன் என்பதைப் போன்ற பாவனையும் நிகழவிருப்பதை அவன் உள்ளுணர்வுக்கு உணர்த்தியது. இருப்பினும் உயிர்பிழைத்தலின் இறுதி எத்தனிப்பாய் தொடர்ச்சியாய் அவன் கட்டளைகளையிட்ட வண்ணமிருக்க அதற்கு அடிபணியா வீரர்கள் அவன் ஓடிவிட இயலா வண்ணம் அவனைச் சுற்றி வளைத்தனர். பின் அதுவரை மண்டியிட்டிருந்த முதல் வீரன் தன் கழுத்தில் கசிந்த குருதியை

வழித்து ஏனாதியின் முகத்தில் பூசி அவன் கரங்களை முறுக்கி வேடனிடம் மண்டியிடச் செய்தான். இம்முறை ஏனாதியிடம் எவ்வித எதிர்ப்புமில்லை. அவனது சிரம் உருண்டோடிய இடத்தில் மின்னலைப் போல் புலனாகி மறைந்த ஒற்றைப் பனையை நோக்கி வீரர்கள் அதிசயித்து நிற்க குலைகள் ஏதுமற்ற அம்மரத்திலிருந்து பனம்பழமொன்று தரையில் வீழ்ந்து வேடனின் கால்களை நோக்கி உருண்டோடி வந்தது.

நாட்டின் குடிகள் அனைத்தும் ஊர் நீங்கிக் கானகத்திற்கு விரைந்தன. கானகத்தின் நுழைபுலத்தில் ஏனாதியின் சிரசைக் கண்டு அவர்கள் ஆனந்தக் கூத்தாடியது மன்னனின் செவிகளை வந்தடைந்தது. வளநாட்டுச் செட்டி தான் கட்டிய நிறைவுறா மாளிகையின் வாயிலில் கழுத்தறுபட்டுக் கிடந்தான். பொற்பனம்பழங்கள் தேடிய மக்களால் அவன் கொல்லப்பட்டானென்றும் அவன் உடலைச் சுற்றிக் குதிரைகளின் குளம்படித் தடங்கள் காணப்பட்டதாகவும் பலவிதக் கதைகள் உலவின. அவன் உடலுக்கருகில் உடைபட்டுக் கிடந்த பானை பொற்பனம்பழங்கள் வைக்கப்பட்டிருந்த பானைதானென்றும் அவை கொள்ளையிடப்பட்டு வேறெங்கோ மறைக்கப்பட்டுள்ளதாகவும் எல்லோரும் நம்பினர். குதிரைவீரர்களும் வேடனும் என்னவானார்கள் என்ற தகவல் ஒருவரும் அறியவில்லையென்றாலும் ஒவ்வொருவரும் தன் மனம் போன போக்கில் ஒரு புனைவைச் சொன்னார்கள்.

அறுவடைக்கு ஆளற்ற தானியங்கள் கழனிகளில் உதிர்ந்து முளைக்கத் தொடங்கின. கானகம் சென்ற மக்களை மன்னன் தடுக்ககாததோடு நாட்டிற்குத் திரும்பச் செய்வது குறித்தும் சிந்திக்கவில்லை. அவன் திட்டம் வேறாயிருந்தது. ஏனாதியின்கொலையைக் கூட அவன் பெரிதாய் பொருட்படுத்தவில்லை. சிந்தை முழுதும் கற்பக விருட்சத்தால் ஆட்கொண்டிருந்தவன் ஏற்கனவே நாடு முழுதும் உள்ள வைத்தியர்களை ராஜவைத்தியனின் கீழ் ரசவாதம் செய்ய உத்தரவிட்டிருந்தான். முடிவிலா ஆயுட்காலமுடைய கட்டு மருந்துகளும் உருக்கு மருந்துகளும்செய்யும் திறன் பெற்றிருந்தும் எவருக்கும் ரசவாதச் சித்தி கைகூடியிருக்கவில்லை. இந்நிலையில் சித்தன் உருவாக்கிய கற்பகவிருட்சம் பசித்த

பூனை மீன்குட்டைக்குள் தடுமாறி விழுந்ததைப் போல் அவனை ஆக்கிவிட்டிருந்தது.

மொத்த குடிகளையும் பனையேறிகளாய் மாற்றியிருந்த கற்பகவிருட்சம் எவருக்கும் புலனாகக் கூடியதாயில்லை. ஒவ்வொரு குடும்பமும் ஒரு குழுவாய் மாறி மரமேறத் தொடங்கினர். எங்கும் வெட்டப்பட்ட பனம்பழங்களால் நிறைந்த கானகம் அதையே தன் இயல்பான மணமாய் சூடிக்கொண்டது. தாங்கள் கொண்டு வந்திருந்த தானியங்களில் கால் வயிற்றை மட்டும் நிறைத்த பெரியவர்கள் பிள்ளைகளின் வயிறு முழுதாய் நிரம்புவதை உறுதிசெய்து கொண்டனர். நாட்கள் செல்லச் செல்ல தாங்கள் குடிசையில் விட்டு வந்த வயசாளிகளை நினைத்துப் பெண்கள் கவலையுறத் தொடங்கினர். ஆண்களின் உடலில் மரமேறிய சிராய்ப்புகளை ஈக்கள் மொய்க்கத் தொடங்கின. குழந்தைகள் தாங்கள் விளையாடிய மயிலிறகால் அவர்களின் தோலுரிந்த நெஞ்சை மாலையில் வருடுவது மட்டுமே ஆண்களின் ஒரே ஆறுதலாய் இருந்தது.

பனங்காடைகள் பனைகளில் தெரிந்த மனிதத் தலைகளால் குழப்பமுற்று வேறு மரங்களுக்கு இடம்பெயர்ந்தன. பனை உழவாரக் குருவிகளோ தங்கள் கூடுகளெல்லாம் கலைக்கப்படுவதைத் துயர்மிகு பாடலாய் கானகத்திற்குள் பாடி அலைந்தன. ஒற்றர்களால் மக்களைக் கண்காணித்திருந்த அரசன் கற்பகவிருட்சம் கண்டறியும் மறுநொடி அதைத் தன் உடைமையாய் மாற்றும் பொருட்டு கானகத்திற்கு வெளியே சிறு படையை நிறுவியிருந்தான்.

தாங்கள் ஏறிய பனைகளில் மீண்டும் ஏறாதிருக்க ஒவ்வொரு குழுவும் தன் அடையாளத்தை மட்டை அரிவாளால் பனையில் வரைந்து விட்டுச் சென்றனர். பிற குழுக்களின் அடையாளத்தைக் காண்பவர்கள் நேரவிரயத்தைத் தவிர்க்கும் பொருட்டு அப்பனைகளில் ஏறுவதில்லை. சில நாட்களில் அதை அனைவரும் உணர்ந்து தாங்கள் அதுவரை ஏறாமலிருந்த பனைகளிலும் தங்கள் அடையாளத்தை வரைந்து ஒரு குழூஉக்குறியை அடியிலிட்டனர். இவ்வாறான ஏமாற்றுத் தந்திரங்களால் குழுக்களுக்கிடையேயான ஒத்திசைவு

நாளடைவில் மோசமடைந்தது. நாட்கள் செல்லச் செல்ல பிறர் மீதான அவநம்பிக்கையில் ஒவ்வொருவரும் தாங்கள் ஏறிய பனைகளிலேயே மீண்டும் ஏறியதோடு மனம் குழம்பி ஆண்பனைகளிலும் ஏறினர்.

வணிகக்குழுவான மணிக்கிராமத்தைச் சேர்ந்த வளநாட்டுச் செட்டியின் கொலை பற்றிய தகவல் திசையாயிரத்து ஐநூற்றுவரையும் எட்டியது. செட்டி பலியாட்டைப் போல் கழுத்தறுபட்டுக் கொல்லப்படுவது இனியான வணிகப் பயணங்களுக்கு ஊறு விளைவிக்குமென அவர்கள் தங்கள் காவல் படையைச் சேர்ந்த பதிணென் வீரகொடியாரை மணிக்கிராமக் குழுவிடம் அனுப்பி வைத்தனர். ஏனாதியின் கொலைக்கே எதிர்வினையாற்றா மன்னன் செட்டியின் கொலைக்கு என்ன செய்யப் போகிறான் எனக் குழம்பியிருந்த மணிக்கிராமத்தினர் ஐநூற்றுவரின் ஆதரவு கிடைத்ததும் சற்று தெளிந்தனர்.

செட்டியின் கொலைக்கு நீதி வேண்டிய மணிக்கிராமத்தினரிடம் கானகத்தைச் சுற்றி நிறுவியுள்ள படைகள் அதன் பொருட்டுதான் என மன்னன் பதிலளித்தான். ஒற்றர்கள் கண்ணில் இன்னும் வேடனும் வீரர்களும் அகப்படவில்லையென்றும் அவர்கள் பதுங்கியுள்ள இடமறிந்ததும் அவர்களின் துண்டிக்கப்பட்ட சிரசுகள் கோத்த மாலையைப் பிடாரிக்குச் சூட்டுவோம் என்றான். மணிக்கிராமத்தினர் பதிணென் வீரகொடியாரை கானகத்திற்குள் அனுப்ப வேண்டிய அனுமதியை மன்னன் அவர்களுக்கு வெகுமதியாய் அளித்தான்.

காணுமிடமெல்லாம் பனைமட்டைகளும் பன்னாடைகளும் சிதறிக் கிடந்த காட்டிற்குள் வீரகொடியார் சென்றபோது நிராசைகளால் உலவிய மக்களின் கண்கள் நிலத்தில் நிலைகொள்ளாதிருப்பதைக் கவனித்தனர். அவர்கள் வருகைக்கான முன்னறிவிப்பைப் போல் மயில்களின் அகவலோசை காட்டை நிறைத்திருந்த அவ்வேளையில் குதிரைகளைக் கண்ட சிறுவர்களின் உற்சாகக் கூக்குரலைத் தவிர பெரியவர்கள் முகமன் கூறுவதற்கு கூட பனையுச்சியை நோக்கியிருந்த தலைகளைத் திருப்பவில்லை. நாம் மனிதர்கள் அணங்குகளாய் உலவும் கானகத்திற்குள் வந்துள்ளோமென

வீரகொடியாரின் தலைவன் மணிமாறன் தன் வீரர்களிடம் கூறிப் புன்னகைத்தான்.

கானகத்தின் மையத்தில் பனையோலைகளால் குடிலமைத்தவர்கள் மறுநாளிலிருந்து வேடனையும் வீரர்களையும் குறித்து விசாரிக்கத் தொடங்கினர். குழந்தைகளோ கற்கண்டிற்கு அதுவரை நிகழ்ந்த அனைத்தையும் ஒப்புவிப்பவர்களாய் இருந்தாலும் அவர்களின் பதில்கள் வீரகொடியாருக்கு அனுகூலமாயிருக்கவில்லை. இப்புதர்காட்டிற்குள் யார் கண்ணிலும் அகப்படாது ஒளிந்திருப்பது சாத்தியமற்றது என்பதை உணர்ந்த மணிமாறன் பரிகளின் குளம்படித் தடங்களைக் கானகத்திற்குள் தேடியலைந்தான். அவன் செல்லுமிடமெல்லாம் அவனைக் கண்ட ஆண் மயில்கள் சட்டெனத் தோகை விரிப்பது அவனுக்கு வினோதமாயிருந்தது. அத்தோகைகள் காட்டின் அரூபக் கண்கள் என எண்ணியவனின் மனம் தனது அசைவுகள் அனைத்தையும் வேடன் உணர்ந்துள்ளதாய் பிரேமை காட்டியது.

கற்பகவிருட்சத்தைக் கண்டறிவது இல்லாத ஊருக்கு வழியமைப்பதைப் போலானது. மனிதனின் காலடி படாத பனைகளைச் சுற்றியிருந்த பாலாட்டுக் கொடிகளை அப்போது மக்கள் அகற்றத் தொடங்கியிருந்தனர். ஆல் விழுங்கிய பனைகளும் சுவை குறைந்துஆசுவாசமடையத் தொடங்கின. மணிமாறனுக்கு அவர்களது செய்கைகளை விளங்கிக் கொள்ளமுடியவில்லை. முதன் முதலில் கற்பக விருட்சத்தின் கதையைக் கேட்டபோது அவனது உதடுகள் கேலிப் புன்னகையைத் தான் உதிர்த்தன. தன் வீரர்கள் எதிரி எங்குள்ளான் என்பதே அறியாமல் இக்காட்டுக்குள் உழல்வது குறித்த எதிர்மறை எண்ணங்களைப் போக்கிட எண்ணியவன் அவர்களோடு காட்டிற்குள் வேட்டையாடித் திரிந்தான். சிலநாட்களில் அவனுக்கே தான் எதன் பொருட்டு இங்கு முகாமிட்டுள்ளோமென்ற குழப்பங்கள் உதித்தன.

பகல்களில் வெளிறித் தெரியும் கானகம் இரவில் மர்மங்களைச் சூடியதாய் தோற்றம் கொள்வது தங்களது மனதின் விந்தையே என வீரகொடியார் இரவுகளையும் எளிதாய் எதிர்கொள்ளத் தொடங்கினர். ஒவ்வொருவரும் வீடு திரும்புவது குறித்துச்

சிந்தித்திருந்தாலும் தலைவனிடம் அதைத் தெரிவிக்கும் துணிச்சலற்றிருந்தனர். சிலர் கற்பகவிருட்சத்தின் கதையில் வியப்புற்று மக்கள் சீவும் பனம்பழங்களை ஆராய்ந்திருந்தனர். மணிமாறனும் நாடு திரும்புவதைக் குறித்துச் சிந்திக்கலானான். ஆனால் அன்றொரு இரவில் எல்லாம் தலைகீழாய் மாறியது. விண்மீன்கள் சொரிந்திருந்த நிலவற்ற யாமத்தில் அவ்வொலியை முதன்முதலில் அனைவரும் கேட்டனர். பரிகளின் குளம்போசையைத் தொடர்ந்து கனைப்பொலிகளும் ஏதோ கானக வலம் வரும் சிறுபடையாயிருக்குமென அனைவரையும் நினைக்கச் செய்தது. மிக அருகில் ஒலிப்பதைப் போன்றிருந்தாலும் நிலமும் மரங்களும் இருள் பூசிக் கிடந்த அவ்விரவில் அவை யார் கண்ணுக்கும் புலனாகவில்லை. உறக்கமற்றுக் குடிலுக்கு வெளியே உலாவிக் கொண்டிருந்த மணிமாறன் அவ்வோசையைக் கேட்டு உடும்பைப் போல் விளாரிப் புதர்களினூடாய் ஊர்ந்து சென்றான். அசைவற்று அமர்ந்து எதிரிகளின் எண்ணிக்கையை அவன் அறிய நினைக்கையில் சட்டெனப் பறந்த மணிப்புறா இணைகள் புதருக்குள் சலசலப்பைக் காட்டிச் சென்றன. அசையாமல் புதருக்குள் ஒண்டியிருந்தவனின் செவிகள் அதீத கூருணர்வை எட்டிப் புல்நுனியை அசைக்கும் சிறு பூச்சிகளின் ஒலியையும் உணரச் செய்தது. தனது இதயத் துடிப்பை அசையும் புறப்பொருளின் ஓசையைப் போல் அவன் கேட்டுக்கொண்டிருந்தான். சட்டென வினோதமாய் அவனுக்குக் காட்டின் எந்த ஓசைகளும் கேட்கவில்லை. அதுவரை ரீங்கரித்திருந்த வண்டுகளும் காட்டின் எல்லா சீவார்த்திகளும் ஊமையானதைப் போல் கானகம் நிசப்தமடைந்திருந்தது. ஆனால் சற்று நேரத்தில் அவனை நோக்கி மெதுவாகப் பொடிநடையில் வரும் குதிரைகளின் குளம்படிகள் கேட்டன. ஒவ்வொரு காலடியையும் சிந்தித்து வைப்பதைப் போன்றும் அதே நேரத்தில் திடமாகவும் அவ்வோசைகள் ஒலித்தன. தனியாய் அகப்பட்டதை எண்ணி மனம் நொந்தவனின் வலது கை இடையிலிருந்த குறுங்கத்தியைப் பற்றியிருந்தது. அவனை குதிரைகள் நெருங்க இன்னும் சில அடிகளே இருந்தன. அப்போது குறுங்கத்தியை உறையிலிருந்து உருவ எண்ணியவனால் விரல்களைக் கூட அசைக்க முடியவில்லை.

அடுத்த புதருக்குள் ஊர்ந்து செல்லலாமெனில் கால்களோ இரும்புச் சங்கிலியால் பிணைத்ததைப் போல் கனத்தன. அவன் எண்ணங்களை ஒருங்கிணைப்பதற்குள் புற்களின் பச்சைய நாற்றமடித்த பரியின் மூச்சைத் தன் பிடரியில் உணர்ந்தான். அச்சம் ஓர் அரவத்தைப் போல் முள்ளந்தண்டிற்குள் ஊர்ந்து அவனை மூச்சடைக்கச் செய்தது. இரவை யாரோ வெண்திரையால் போர்த்துவதைப் போல் அவன் பார்வையில் அனைத்தும் வெளிறத் தொடங்கின. அவனது போதம் முலைப்பாலே பிரவாகமெடுத்த நதியின் சுழலுக்குள் மூழ்குவதைப் போல் நழுவிச் சென்றது. விடியலில் வீரர்கள் எழுப்பிய பின் முந்தைய இரவின் ஒரு நொடியைக் கூட அவனால் நினைவில் மீட்க முடியவில்லை. தலை கனத்து கொதிக்கும் உடலாய் வீங்கிய இமைகளுடன் ஆளே விநோதமாய் காட்சியளித்தான். அவ்விடத்தில் வீசிய துர்நாற்றத்தில் முகம் சுளித்திருந்த வீரர்களைக் கவனித்த பின்னரே தன் இச்சையின்றி வெளியேறிருந்த மல மூத்திரத்தால் தன்னுடை வீச்சமெடுப்பதை உணர்ந்து நாணித் தலைகுனிந்தான்.

கானக இரவுகள் மாய விநோதப் புனைவுகளாய் கடந்தன. தான் கேட்பதிலும் அனுபவிப்பதிலும் புனைவெது நிகழ்வெது எனப் புரியாமல் மணிமாறன் குழம்பித் திரிந்தான். வளர்பிறை யாமத்தில் ஒவ்வொரு நாளும் குளம்போசைகளும் கனைப்பொலிகளும் காட்டை வலம் வந்தன. மணிமாறன் தன் பன்னிரெண்டு வீரர்களையும் இரவில் ஒவ்வொரு திசையில் மறையச் செய்திருந்து அவற்றைக் கண்காணித்தான். ஆனால் பரிகளோ வீரர்களோ எவர் கண்ணுக்கும் தட்டுப்படவில்லை. எவ்விடத்திலும் குளம்படித் தடங்களும் இல்லை. வளியில் கலந்தவர்கள் தன் இருப்பை மட்டும் ஓசைகளால் உணர்த்துவது போல் அவையிருந்தன. உறக்கமற்ற இரவுகள் வீரகொடியாரை நிம்மதியிழக்கச் செய்ய எல்லோர் உரையாடலிலும் வெறுப்பும் விரக்தியும் குடியேறத் துவங்கின. வீரகொடியார் மட்டும் அவர்களைச் சுற்றி வளைப்பது சாத்தியமற்றதென மணிமாறன் உணர்ந்தான். கற்பக விருட்சத்தைத் தேடிய மக்களிடம் வேடனின் தலைக்கு ஒரு வீசை பொற்காசுகளும் வீரர்களின் தலைக்கு அரை வீசை பொற்காசுகளும் ஐநூற்றுவர் பரிசளிக்கவிருப்பதாய் செய்தியைப் பரவவிட்டான். மக்கள்

அச்செய்தியில் சிறிது நாட்கள் கற்பக விருட்சத்தை மறந்தனர். தானியத்தைக் கொள்ளையிடவரும் கள்வர்களைப் பிடிக்கும் யுக்திகளோடு அவர்கள் வேடனுக்காய் காத்திருந்தனர். ஆனால் எவர் கண்களுக்கும் வேடனோ வீரர்களோ புலனாகவில்லை. சிலர் மிக அருகில் பரிகளின் ஓசைகளைக் கேட்டாலும் எதுவும் புரியாமல் குழம்பி நின்றனர். பரிகளின் மூச்சைப் பிடரியில் உணர்ந்தவர்களோ மூர்ச்சையுற்றுக் காய்ச்சலில் படுத்தனர்.

முழுமதி நாளிலும் யார் கண்ணுக்கும் புலனாகாப் பரிகள் வீரகொடியாரை அவதியுறச் செய்தன. அதைத் தொடர்ந்த தேய்பிறை இரவுகளில் பரிகளின் ஓசைகளை யாரும் கேட்கவில்லை. ஆனால் விநோதமாய் கானகமெங்கும் பரிகளின் குளம்படித் தடங்கள் தென்பட்டன. வீரகொடியாரின் குடிலுக்கு அருகிலேயே குளம்படித் தடங்கள் காணப்பட்டது மக்களுக்கிடையே நகைப்புக்குரிய பேசுபொருளாய் மாறிப் போனது. வேடனைத் தேடும் வேலையை விடுத்து மீண்டும் அனைவரும் பனைகளில் ஏறும் வேலையைத் தொடர்ந்தனர். வீரகொடியாரின் கேள்விகளுக்கு யாரும் பதிலளிக்குக்கும் மனநிலையில் இல்லை. வேடனையும் வீரர்களையும் பிடித்துத் தாங்களே மூட்டைகளில் பொற்காசுகளை வாங்கிக் கொள்ளுமாறு அவர்கள் ஏளனம் செய்யத் தொடங்கினர். மேலும் வீரகொடியார் செல்லும் போதெல்லாம் கூட்டத்தில் யாரேனும் ஒருவன் குதிரையைப் போல் கனைத்து அவர்கள் திரும்பும்போது தலைகவிழ்ந்து கொள்வான். மக்களின் கேலிகள் உச்சத்தை எட்டிய ஒரு நாளில் தலைவன் தன்னிலை இழந்தான். தன் வீரர்களிடம் மக்கள் இதுவரை ஏறியிராத பனைகளை அறுத்தெறியுமாறு ஆத்திரத்துடன் உத்தரவிட்டவன் தானும் அவர்களோடு சேர்ந்து பனைகளை வெட்டத் தொடங்கினான். அவன் வெட்டிய முதல் பனையோ தூக்கணாங்குருவிக் கூடுகளோடு தலையடியாய் நிலத்தில் தெறித்து வீழ்ந்தது. சன்னதம் கொண்டவர்களாய் பனைகளை வெட்டிச் சென்ற வீரகொடியாரை நெருங்கும் தைரியமற்று மக்கள் அஞ்சி ஒடுங்கி நின்றனர். ‘‘நீங்கள் கற்பக விருட்சத்தை கண்டறிந்ததும் தரையில் தவழ்ந்து பொற்பனம்பழங்களைப் பறித்துக் கொள்ளுங்கள்’’ என அவர்களை நோக்கி மணிமாறன் ஆவேசமாய் கத்தினான். கதிரவன் மேல் வானில் அடங்கிய பின்னும் வீரகொடியார்

கோவம் அடங்காமல் பனைகளை வெட்டிக் கொண்டிருந்தனர். அன்றைய நாளில் மட்டும் இருபத்தேழு பனைகளை அவர்கள் வெட்டிச் சாய்த்தனர். ஒற்றர்கள் மூலம் அத்தகவல் மன்னனை எட்டியது. தன் கனவுகளிலும் கற்பக விருட்ச நிழலில் உறங்கிய மன்னன் அத்தகவலால் உக்கிரமடைந்தான்.

தன் இயலாமைகளுக்குப் பனையை உருவகமாக்கியதை மணிமாறன் உணர்ந்தபோது அவன் கோவம் சற்று தணிந்திருந்தது. இரவில் தன் செயலால் மன சஞ்சலமுற்றவன் வீழ்த்தப்பட்ட பனைகளைச் சுற்றி வந்தான். தூக்கணாங்குருவிக் கூடுகள் இறைந்து கிடந்த பனையைச் சுற்றி வீசிய உடைந்த முட்டைகளின் வீச்சம் அவனை மேலும் துயருறச் செய்தது. தன் வீரர்களிடம் தவறிழைத்துவிட்டதாய்ப் புலம்பியவன் தன் செயலுக்கு நாணி அருகிலிருந்த மக்களின் முகங்களைக் கூட நிமிர்ந்து பார்க்கவில்லை. அவர்களும் அவனைக் கண்டதும் விலகிச் செல்லவே முயற்சித்தனர். ஆனால் சற்று நேரத்திற்கு முன் தான் வெட்டிய பனைகளைக் குதிரையின் பிடரியை ஆதுரத்துடன் தீண்டுவதைப்போல் தடவிக் கொடுத்தவனை அவர்களால் புரிந்துகொள்ள முடியவில்லை.

மன்னனின் படை கானகத்திற்குள் நுழைந்தபோது இரவாடிகள் கூடு திரும்பும் நேரமாகியிருந்தது. இன்னும் விடிவெள்ளி முளைத்திருக்கவில்லை. எல்லோரும் உறக்கத்தின் அடியாழத்தில் ஒலிப்பதைப் போல் அரச படையின் வருகையை உணர்ந்த வேளையில் வீரகொடியார் எதிர்வினையாற்ற வழியில்லாமல் சுற்றி வளைக்கப்பட்டிருந்தனர். தன் பன்னிரண்டு வீரர்களோடு மணிமாறனும் ஈட்டியின் கூர்முனையால் துளைக்கவிருந்த அரச கட்டளையின் முன் மண்டியிட்டிருந்தான். தாங்கள் கைது செய்யப்பட்டு சிறையிலடைக்கப்படுவோம் என்றே அவர்கள் நம்பிக் கொண்டிருந்தனர். ஆனால் அவர்கள் எதிர்பார்ப்பிற்கு மாறாய் காட்டுக் கொடிகளால் கைகால்கள் பிணைக்கப்பட்டு குடிலுக்குள் தள்ளப்பட்டனர். மன்னன் அவர்களின் மரணம் ஆவேசமுற்ற கலகக்காரர்களால் நிகழ்த்தப்பட்டதாய் தோன்ற வேண்டுமென உத்தரவிட்டிருந்தான். மன்னனுக்கு ஐநூற்றுவரின் தயவும் தேவையாயிருந்தது.

மரண ஓலங்களைக் கேட்டு மக்கள் கண்விழித்தபோது காட்டின் மையத்தில் சொக்கப்பனை கொழுத்தியதைப் போல் தீயின் நாவுகள் வானைச் சூழ்ந்திருந்த கருமேகங்களைச் சுவைக்க எத்தனித்தன. உயிருக்கு அஞ்சிய மக்கள் அவ்விடத்திற்குச் செல்லத் துணியவில்லை. ஒரு சிலரே அரச படை உள்நுழைந்ததைக் கண்டிருந்தாலும் அனைவருமிது அவர்களின் வேலையென்பதை உணர்ந்தனர். அரசபடை நுழைந்ததைக் கண்டவர்களோ விடிந்தும் அவர்கள் வெளியேறாமல் இருப்பது ஏனெனக் குழம்பியிருந்தனர். ஒருவேளை அவர்கள் காட்டின் கீழ்த்திசையினூடாகச் சென்றிருக்கலாம் எனத் தங்களுக்குள் பேசித் திடப்படுத்தியவாறு இன்னும் புகையடங்காக் குடில்களை நோக்கிச் சென்றனர். ஆனால் அங்கு அவர்கள் கண்ட காட்சியை எப்படி விளங்கிக் கொள்வதென யாருக்கும் தெரியவில்லை. காட்டுக் கொடிகளால் பிணைக்கப்பட்ட வீரகொடியார் குடிலுக்கு வெளியே தீ அண்டாத தூரத்தில் மயங்கிக் கிடந்தனர். கரித்தூசுகள் படிந்திருந்த எல்லோர் முகங்களையும் கண்ணீர் பாதி கழுவியிருந்தது. மயக்கம் தெளிந்தவர்களோ நஞ்சால் நோயுற்றவன் முறிமருந்தைக் கண்டதைப் போல் ஆவேசமுடன் மக்கள் தந்த நீரை அருந்தினர். மயக்கம் தெளிந்த மணிமாறன் மட்டும் நீரை அருந்தாமல் எல்லோரையும் நோக்கிக் கைகளைக் கூப்பிய வண்ணம் பாலகனைப் போல் தேம்பி அழுதான். அவனைத் தேற்றியவர்களோ ஆசுவாசப்படுத்தி நீரருந்தச் செய்து என்ன நிகழ்ந்ததென வினவினர். சூழ்ந்திருந்தவர்களின் கண்களைக் கண்டவன் "பொற்பனையானின் தலைக்கு வீசை பொற்காசுகளை நிர்ணயித்த மூடன் நான்" என மீண்டும் அழத் தொடங்கினான். மணிமாறன் உச்சரித்த அப்பெயரை முதன்முதலாய் கேட்ட மக்கள் ஏதோ மந்திரத்திற்கு வசியமுற்றவர்களாய் தங்களுக்குள் மீண்டும் மீண்டும் பொற்பனையான் எனச் சொல்லிக் கொண்டனர். பின் புதுச்சொல் பழகிய குழந்தைகளெனக் கானகத்தின் திசையெங்கும் அப்பெயரைச் சொல்லித் திரிந்தனர்.

ஒற்றர்களும் மன்னனிடம் உரைக்க வேண்டி காண்பவர் களிடமெல்லாம் அன்றிரவு நிகழ்ந்ததைக் கேட்டனர். வெண்புகைப் புரவியில் மார்கழிப் பனியுருவாய் பொற்பனையான் வந்தானெனவும் காட்டுக் கொடிகளால்

பிணைக்கப்பட்டுக் கொடுந்தீசூழ்ந்த வீரகொடியாரை மீட்டானெனவும் அதற்குள் யாராலோ புனையப்பட்ட பாடலே அவர்களுக்கு விடையாய் கிடைத்தது. அரச படையினர் என்னவாயினர் என்ற கேள்வியும் விடியலில் ஒலித்த மரண ஓலங்கள் யாருடையவை என்ற கேள்வியும் விடையறியா மர்மங்களாகவே நீடித்தன. ஆனால் அப்பாடலில் இருந்த பொறப்பனையானும் கற்பகவிருட்சத்தைப் போல் கண்ணுக்குப் புலப்படமாட்டான் என்ற வரி கற்பகவிருட்சத்தைத் தேடியலைந்த மக்களின் வேட்கையைத் தணியச் செய்தது.

கானகத்தை நீங்கிய வீரகொடியார் சில நாட்களுக்குள் தன் தாயாதிகளுடன் திரும்பி வந்தனர். கானகத்தை ஒட்டிய நூற்றாண்டுப் பழமையான வேம்பின் அடியில் அவர்கள் தங்கள் ஊரை நிர்மாணித்து வேப்பங்குடி என்று பெயரிட்டனர்.அக்கானகத்தின் மூதாய் மரமாயிருந்த பாலையினடியில் வேல் கம்பை நட்டு பொறப்பனையானை வழிபடத் தொடங்கியவர்கள் தலைமுறைதோறும் தன் குடியில் பிறக்கும் முதல் ஆண்மகவுக்குப் பொறப்பனையான் எனப் பெயரிட்டனர்.

நகரின் வீதிகளிலும் ஊரை அண்டிய காடுகளிலும் நள்ளிரவில் ஒலிக்கும் குளம்போசைகளுக்குரிய பரியை இதுவரை யாரும் கண்டிருக்கவில்லை. அதன் ஆளுகை எதுவரை என்பதிலும் குழப்பமிருந்தது. ஆனால் ஊர்களை உருவாக்கிய ஒவ்வொரு குடிகளும் தான் ஆதிமுனியாகிய பொறப்பனையானால் காக்கப்படுவதாய் நம்பினர். ஆதிமுனியின் வருகை இவ்வாறுதான் நிகழ்ந்ததென வழக்கொழிந்த கதைப்பாடலொன்று கூறுவதாய் பெனுவாவிடம் சொல்லிப் புன்னகைத்தவன் “நான் இவ்வூரில் பிறந்த எத்தனையாவது பொறப்பனையானென்றோ இன்னும் பிறக்கவிருக்கும் எத்தனை பொறப்பனையான்களுக்கு முந்தியவனென்றோ யாரறியக் கூடும்” என்றான்.

ஊழின் திசை வழி
(அ) மாயவெள்ளத்தின் புணைகள்

பெனுவா பொறப்பனையானை அறிய நேர்ந்தது அலைகளின் பாடலைப் பொழுதும் கேட்கும் ஓர் சோழக்கடற்கரை

கிராமத்தில்தான். அங்கே உள்ளூர் கொல்லர்களுக்குத் துப்பாக்கி வெடிமருந்து தயாரிக்கும் பயிற்சி அளிப்பதற்காய் பெனுவா ஐரோப்பாவிலிருந்து வந்திருந்தான். இந்தியாவைப் பற்றிய மிகைக் கனவுகளோடு வந்தவனை ஃபிரெஞ்ச் கிழக்கிந்திய கம்பெனியின் அந்த வெடிமருந்துக் கூடமும் சதா எஜமான் என்று குழையும் அக்கருப்பர்களும் சில நாட்களிலேயே விரக்தியடையச் செய்திருந்தனர். அவன் கேள்வியுற்றிருந்த இந்தியா விந்தைகளின் உலகமாய் இருந்தது. ஆனால் அவன் கண்ணுற்ற இந்தியாவோ பசிப்பிணியால் வெறித்த கண்களோடு அலையும் மக்களால் நிறைந்திருந்தது. அவர்களை மந்தைகளாய் தூரதேசத் தீவுகளுக்கு ஏற்றிச் செல்லும் டேனிஷ் கிழக்கிந்திய கம்பெனியின் கப்பல்கள் அரேபியாவிலிருந்து குதிரைகளை ஏற்றி வரும் கப்பல்களை விடத் தரந்தாழ்ந்திருந்தன. எங்கும் ஒரு சில நாணயங்களுக்காய் மக்கள் குடும்பத்தோடு தங்களை விற்றுக் கொள்ளத் தயாராயிருந்தனர்.இந்த மந்தைகளா இரும்பைப் பொன்னாக்கும் வித்தை அறிந்திருப்பர் என அவன் விரைவிலேயே நம்பிக்கையிழந்திருந்தான்.

கப்பலிலிருந்து இறங்கியதும் தாசிகளின் வீட்டை நோக்கி ஓடிய தன் தேசத்தவரைப் போலல்லாமல் பெனுவா இரசவாதிகளின் ஆய்வுக்கூடங்கள் எங்கே எனத் தேடத் தொடங்கியிருந்தான். அவனுக்காக நியமிக்கப்பட்டிருந்த துபாஷி மாணிக்கம் பிள்ளையிடம் கீழைத் தேசத்து ஞானிகளைக் குறித்து நிறைய கேள்விகளைக் கேட்டவனுக்குத் துபாஷி சித்தர்களையும் அவர்களின் தோற்றத்தையும் பற்றிச் சொல்லி வைத்தார். அன்றிலிருந்து காவிக் கோவணம் தரித்த எவரைக் கண்டாலும் பெனுவா தமிழர்களைப் போல் கைகூப்பி வணங்கி அவர்கள் பின்னால் அலைந்தான். பெரும்பான்மையோர் அவனைப் பொருட்படுத்தாமல் சென்றாலும் சிலரோ அவன் பின் தொடர்வதைப் பார்த்து "மிலேச்சன் மிலேச்சன்" என வானை நோக்கி உறுமியவாறு சென்றனர். இவ்வாறு பராரிகளின் பின்னே அலையும் பரங்கியனைத் துபாஷியால் முதலில் புரிந்துகொள்ள முடியவில்லை.

சில வாரங்களுக்குப் பிறகு துபாஷி மாணிக்கம் பிள்ளை அவனது தேடல் எதுவென அறிந்து ஒரு வைத்திய சாலைக்கு

அவனை அழைத்துச் சென்றார். வைத்திய சாலையிலிருந்த மருந்து செய்யும் கருவிகள் பெனுவாவை பெரிதாய் ஈர்த்தன. வெறும் மண்பானைகளில் செய்யப்பட்டிருந்த திராவக வாலை இயந்திரத்தையும், புடக் கருவியையும் கண்டு அதிசயித்தவனுக்கு அப்போது வாலுகா இயந்திரத்தில் தயாராகவிருந்த மருந்திற்கான சரக்குகளின் சேர்மானத்தில் தங்கத் துகள்கள் இருந்தது ஆச்சரியமூட்டியது. அங்கிருந்த வைத்தியர் அவன் அதுவரை வணங்கித் திரிந்த கோவணம் தரித்த சடை முடிக்காரர்களைப் போலல்லாமல் இடையில் வேட்டி மட்டும் அணிந்த எளிய மனிதராய் இருந்தார். அவனை நோக்கிக் கைகூப்பிய வைத்தியர் அங்கிருந்த பாயில் அமரச் செய்து உடல்நோவு என்ன எனத் துபாஷியிடம் கேட்டுக் கொண்டிருந்தார். பரங்கிப் புண்ணிற்கான பூரக் களிம்போடு நின்ற வைத்தியரின் சீடனை நோக்கி அதுவல்ல எனச் சிரித்த துபாஷி இது இரசவாதக் கிறுக்கென்றார். அதற்கு வைத்தியரோ துபாஷியிடம் "எதற்கும் பூரக் களிம்பை வாங்கி வைத்துக் கொள்ளுங்கள் கொருக்கு நோயற்ற பரங்கியர் யாரேனும் உள்ளார்களா?" எனக் கேட்டுச் சிரித்தார். மொழியறியா பெனுவா அவர்கள் உரையாடும் தோரணையிலிருந்து அது ஐரோப்பியர்கள் குறித்தான ஏளனமாய்த்தான் இருக்குமென உணர்ந்திருந்தான். அவனது முகக்குறியை உணர்ந்த வைத்தியர் தாங்கள் வந்த விவரத்தைத் தெரியப்படுத்துமாறு கேட்டுக் கொண்டார். அதற்கு பெனுவா ஐரோப்பா இரசவாதச் செய்முறையில் நாளும் தாதுப் பொருட்களின் சேர்க்கையில் புதிய இயல்புகளைக் கண்டறிவதாகவும் ஆனால் அவர்கள் எதிர்பார்க்கும் விளைபொருள் மட்டும் கீழ்த்திசைச் சூரியனைப் போல் நெருங்க நெருங்கத் தொலைவிலேயே உள்ளதாகவும் தெரிவித்தான். மேலும் கீழை நாடுகளில் அது ஏற்கனவே சாத்தியப்பட்டது தான் எனத் தன் ஆசிரியர் சொன்னதைக் குறித்துக் கேட்கலானான்.

இங்குள்ள பாளையக்காரர்கள் சிறுமிகள் பூப்பெய்தியவுடன் பெண்டாளுவதற்காக மருந்து செய்தே சலிப்புற்றதைப் பற்றிப் பேசிய வைத்தியர் தன் குருவிடம் மருத்துவம் கற்ற நாட்களை மனதிற்குள் அசைபோடத் தொடங்கினார். பின் பெனுவாவை நோக்கி "இரசவாதம் எல்லா வைத்தியனும் அடைய

எத்தனிக்கும் கலை; ஆனால் வெளியில் ஒவ்வொருவனும் தனக்கு அதில் நாட்டமில்லாததைப் போலக் காட்டிக் கொள்வான்" என்றார். இரசவாதச் சித்தி தன் குருவால் தனக்கு விலக்கப்பட்ட சுவடி என்றவர் உண்மையில் உடம்பை மூப்பற்றதாய் மாற்றும் மருந்திற்கான குறியீட்டுப் பெயராய்க் கூட அதிருக்கலாம் என்ற தன் ஐயத்தையும் வெளிப்படுத்தினார். அப்படி இரும்பை பொன்னாக்க முடிந்தாலும் இவ்வுலக வாழ்வில் பற்றுள்ளவர்களுக்கு அது கைகூடாதென்றே தான் நினைப்பதாய்ச் சொன்னவர் அதற்குள் பயணித்து வாழ்வை வீணடித்தவர்களின் பட்டியல் மிக நீண்டதென எச்சரித்தார். அவ்வார்த்தைகளைத் துபாஷியை மறுமுறை சொல்லச் சொன்ன பெனுவா ஏதோ சிந்தையில் ஆழ்ந்தவனாய்த் தனக்குள்ளாக "இரசவாதம் தேவனின் இராஜ்யத்துக்குரியது" என்றான்.

கொல்லர்கள் விரைவிலேயே துப்பாக்கி வெடிமருந்து தயாரிப்பைக் கற்றறிந்து உற்பத்தியைத் தொடங்கினர். எனவே அவனது பங்கு வெறும் மேற்பார்வை செய்வது மட்டும் என்றாகிப் போனது. நாளும் சற்றும் சோர்வற்று உழைப்பவர்களைப் பார்ப்பவனுக்குச் சில நேரங்களில் ஆச்சரியமாகவும் சில நேரங்களில் சலிப்பாகவும் இருக்கும். நாளடைவில் பெனுவாவும் மற்ற ஐரோப்பியர்களைப் போல் குடியிலும் தாசிகளின் வீடுகளிலும் உழன்று திரிந்தான். ஆனால் அவர்களைப் போல் தமிழர்களிடம் மேட்டிமைத் தனத்துடன் நடந்து கொள்வதில்லை. அவனிடமிருந்த நட்பார்ந்த அம்சத்தில் துபாஷியும் தன் தோரணைகளைக் களைந்து எளிய மனிதராய் அவனுடன் இருப்பார். பெரும்பான்மையான இரவுகளில் இருவரும் சாராயக் கடைகளில் கடும் போதையில் உளறிக் கொண்டிருப்பர். தமிழுக்கு நா பழகத் தொடங்கிய பெனுவாவின் மழலை மொழியில் குதூகலிக்கும் துபாஷி "என் வேலைக்கு உலை வைத்துவிடாதே" எனச் செல்லமாய் கோவித்துக் கொள்வார். "என் அம்மாயி சாராயம் காய்ச்சினால் கடலாடுற செம்படவனுக்குக் கலங்கரை விளக்கே தேவையில்லை மெர்சே; வாசம் பிடிச்சே கரைக்கு வந்திடுவான். இதெல்லாம் சாராயமா? நான் இதை விடச் சிறப்பான சாராயம் உனக்குக் காய்ச்சித் தருவேன் என் பரங்கிப் பழமே" என துபாஷி

பெனுவாவை கொஞ்சுவது வாடிக்கையான நிகழ்வுகளில் ஒன்றாகிப் போனது.

அன்றொரு நாளில் துபாஷி பெனுவாவைக் கள்ளுக்கடைக்கு அழைத்துச் சென்றார். கடல்காற்று பனைமரக் கூட்டங்களினூடே ஊளையிட்டுக் கொண்டிருந்தது. அந்தியின் குறையொளியில் காய்ந்த மட்டைகள் உராயும் ஓசைகளும் உயரே வட்டமிடும் செம்பருந்துகளும் பெனுவாவை மனதின் இனம்புரியா இருளுக்குள் நுழையச் செய்தது. ஏனோ இவ்வளவு நாட்களில் முதன்முறையாய் தன் தேசத்தின் தொலைவை எண்ணித் துயருற்றவன் தான் யாராலோ பின் தொடரப்படுவதாய் உணர்ந்து கருந்தூண்களாய் நின்றிருந்த பனைகளை அவ்வப்போது திரும்பிப் பார்த்தவாறே நடந்தான். குடிசைக்கு அருகே பெனுவாவைக் கண்டவர்கள் தலையில் கட்டியிருந்த துண்டைக் கழற்றி அக்குளில் வைத்தவாறு கும்பிட்டனர். அவர்களைப் பார்த்து ஒப்புக்குத் தலையசைத்தவன் துபாஷி மண்குவளையில் வாங்கித் தந்த நுரைத்த கள்ளின் வீச்சத்தில் கண்களைச் சொருகியவனாய் அருகிலிருந்த பனையில் சாய்ந்தவாறு மண்ணில் அமர்ந்தான். துபாஷி பொரித்த மீனின் பக்குவத்தில் குறை கண்டவராய் அடுப்பினருகே ஏதோ சொல்லிக் கொண்டிருக்க பெனுவா எதிரிலிருந்த பனையுச்சியில் கலயத்தில் கள் சேகரிப்பதைப் பார்த்துக் கொண்டிருந்தான். அவன் செவிகளில் "கற்பகதரு" என்ற வார்த்தை விழுந்தது. அருகிலிருந்த பனையில் சாய்ந்தவாறு தானருந்தும் குவளையில் முகம் மறைந்திருந்தவனே அதைச் சொல்லியது. அவன் அருந்திய குவளையை கீழிறக்கியதும்மீசையிலிருந்து சொட்டத் தயாராயிருந்த வெண் துளிகளைத் துடைக்காமல் பெனுவாவின் கண்களை உற்று நோக்கினான். ஐரோப்பியனின் விழிகளைக் கூர்ந்து நோக்கும் கருப்பனைப் பெனுவா அதுவரை சந்தித்திருக்கவில்லை. அப்போது ஒரு கையில் நுரை ததும்பும் கள் குவளையும் மறுகையில் வாழை இலையில் பொரித்த மீன் துண்டுகளோடும் துபாஷி அவனிடத்திற்கு வந்தார். அவர் கைகளிலிருந்து வாழை இலையை வாங்கிப் பக்குவமாய் கீழே கிடந்த ஒரு பனைமட்டையின் மீது வைத்துவிட்டு பெனுவா திரும்ப அக்கருப்பனைக் காணவில்லை. அவன் சொல்லிய சொல்லும் பெனுவா மனதிலிருந்து மறைந்திருக்க

அதை மீண்டும் நினைவு கூர அவன் பெருமுயற்சி எடுப்பது அவனது முகத்தோற்றத்தை விசித்திரமாய் ஆக்கியது. துபாஷி என்னவென்று கேட்க அவனுக்கு என்ன சொல்வதெனத் தெரியவில்லை. இரவு பனைமரக் கூட்டங்களுக்கிடையே பாதையைக் கண்டறிந்து செல்லும் துபாஷியைப் பின் தொடர்ந்த பெனுவாவின் நினைவில் மீண்ட அச்சொல் ஒரு கூழாங்கல்லைப் போல் அவனது உள் நாவிற்குள் உருண்டவாறிருந்தது. சட்டென துபாஷியின் கைகளைப் பற்றியவன் இருளிலும் புலனாகும் அவரது சிவந்த விழிகளை நோக்கிக் கற்பகதரு என்ற வார்த்தையின் பொருளைக் கேட்டான். கேட்பதைத் தரும் தேவலோக மரமதுவெனச் சொன்ன துபாஷி அவன் தேடும் இரசவாத சித்தியையும் அம்மரத்திடம் வேண்டலாமெனப் பதிலளித்தார். அப்பதிலைக் குறித்த சிந்தனையுடன் துபாஷிக்காய் காத்திராமல் முன்னால் சென்ற பெனுவா எதற்கென அறியாமலேயே தனக்குப் பின்னால் அப்பனைமரக் கூட்டங்களுக்குள் பதுங்கியிருக்கும் அக்கருப்பன் நிச்சயம் தன்னைத் தேடி வருவான் என நினைத்துக் கொண்டான்.

பெனுவா எதிர்பார்த்ததைப் போல் மறுநாள் அவனைக் கண்டான். கைகள் கட்டப்பட்ட நிலையில் துபாஷியும் இரு காவலர்களும் அவனைப் பெனுவாவிடம் இழுத்து வந்து வெடிமருந்துக் கூடத்தில் கந்தகத்தையும் வெடியுப்பையும் திருட வந்தவன் என்றனர். அவன் எவ்விதப் பதற்றமுமின்றிப் பெனுவாவின் விழிகளை உற்று நோக்கினான். "எதற்காக வெடியுப்பைத் திருட வந்தாய்?" எனப் பெனுவா ஃபிரெஞ் சில் கேட்டதை துபாஷி மொழிபெயர்க்கும் முன் அவன் இரசவாதத்திற்காய் எனப் பதிலளித்தான். பின் அவனது பெயரைக் கேட்ட துபாஷியிடம் திரும்பாமல் பெனுவாவை நோக்கி பொற்பனையான் எனும் தன் பெயரை ஒரு மந்திரத்தைப் போல் உச்சரித்தான். பெனுவாவிற்கு அப்பெயரின் பொருளறிய ஆர்வமிருந்தது. துபாஷிக்கோ அவனது பெயரின் பொருளை எப்படிச் சொல்வதெனத் தெரியவில்லை. வெகுநேரம் யோசித்த பின்னர் "கற்பக விருட்சத்தை முளைத்தெழச் செய்யும் இரசவாதி" என்றார்.

இந்தியா எனும் விந்தையுலகின் கதவுகளைப் பெனுவாவிற்காய் திறந்தது பொற்பனையானே. சுவடி எழுதுபவனாய் நொடிந்து போன வைத்தியர்களின் வீடுகளிலிருந்து அவனால் சேகரித்து வைத்திருந்த சுவடிகள் மூட்டைகளாய் குவிந்திருந்தன. முதலில் பொற்பனையான் சிதிலமடையும் சுவடிகளைக் கூலியாய் வழங்கப்படும் தானியங்களுக்காய் பிரதியெடுக்கும் வேலையைச் செய்தவன். பின்னர் சில ஐரோப்பியர்களுக்கு மருத்துவச் சுவடிகளின் மீதுள்ள ஆர்வத்தைத் துபாஷிகளின் மூலம் அறியநேர்ந்து சுவடிகளை இரு பிரதியெடுத்து ஒன்றை உரிமையாளருக்குத் தந்துவிட்டு மற்றொன்றை ஐரோப்பியர்களுக்கு விற்று வந்தான். பெரும்பாலானோர் தாங்கள் உண்பதற்கே வழியில்லாமல் இருக்கும் நிலையில் அவனுக்கு எப்படிக் கூலி தர இயலுமெனக் கூறி சுவடிகளைப் பிரதியெடுக்க மறுத்தனர். அச்சுவடிகளை ஒரு சில நாணயங்கள் மட்டுமே தந்து வாங்கிக் கொண்டவன் அதை நல்ல இலாபத்திற்குத் துபாஷிகளிடம் விற்றான்.

எங்கும் மக்கள் வயிற்றை நிரப்பத் தங்கள் விழுமியங்களைச் சற்று மறந்திருந்தனர். ஒவ்வொரு பௌர்ணமியன்றும் ஆதிமுனியின் பூசைக்காய் தன் ஊர் செல்லும் பொற்பனையான் மற்ற நாட்களில் சுவடிகளைத் தேடியலைந்தான். சிலர் பொற்பனம்பழங்களைத் தேடும் வேலையை மீண்டும் தொடங்கியிருந்தனர். செட்டிக்குக் கிடைத்த பனம்பழங்களை வீரர்கள் அக்காட்டில்தான் மறைத்து வைத்துள்ளனர் எனவும் கற்பகவிருட்சம் புலனாகவில்லையென்றாலும் அப்புதையல் கிடைக்க வாய்ப்புள்ளதெனவும் கருதினர். இரசத்தைக் கட்டி மணியாக்கி விழுங்கினால் கற்பகவிருட்சம் புலனாகுமென அவ்வூரில் தலைமுறைக்கு ஒருவர் முறியா இரசத்தை விழுங்கி பைத்தியமாய் ஆடைகளைக் களைந்து சுடுகாட்டுச் சாம்பலையும் தன் கழிவுகளையும் உண்டு அலைந்தனர். புதையலைத் தேடுபவர்களோ அதை ஆதிமுனியின் புரவி காவல்காப்பதாய் நம்பினர். மாந்திரீகர்களின் விலங்கு மாரணச் சக்கரத்தின் மூலம் சிலர் ஆதிமுனியின் புரவியைக் காவு கொடுக்க முயற்சித்து நரிகளுக்கு இரையாகி எலும்புகள் கூட மிஞ்சாமல் மறைந்தனர்.

தன் சிறுவயதில் தங்கள் குடும்பத்திடமிருந்த ஆதிமுனியின் கதைப்பாடல் சுவடியைப் பிரதியெடுக்க வந்தவரிடமிருந்து தான் பொற்பனையான் முதலில் சுவடியெழுதக் கற்றுக் கொண்டான். அவனது முன்னோர்கள் வரி பிறழாமல் பாடி ஆடும் அப்பாடல் அந்நாட்களில் யாராலும் பாடப்பெறாமல் சுவடியில் மட்டும் வாழ்ந்திருந்தது. தொடர்ச்சியான அரசு மோதல்களிலும் கொள்ளையர்களின் சூறையாடல்களிலும் வேளாண்மை நிச்சயமற்றதாய் உருமாறிய தன் இளவயதில் சுவடியெழுதச் சென்றவன் அவ்வப்போது வணிகர்களின் ஒப்பந்த ஓலைகளையும் எழுதினான். பின் வணிகர்களுக்காய் பணி செய்த கடலோடிகளின் நட்பின் மூலம் ஃபிரெஞ்ச் கிழக்கிந்திய கம்பெனியின் ஆளுகைக்கு உட்பட்ட புதுச்சேரியைச் சென்றடைந்தான். அங்கு ஈழத்திற்கும், கடாரத் தீவுகளுக்கும் நிகழ்ந்த வணிகங்களுக்கான ஒப்பந்த ஓலை எழுதும் வேலை கணிசமாய்க் கிடைத்தது. பின் துபாஷிகள் ஜெர்மானியர்களுக்காய் மொழிபெயர்த்த மருத்துவச் சுவடிகளைப் பிரதியெடுக்கும் வேலைகள் கிடைத்தன. அவற்றின் மூலம் மருத்துவச் சுவடிகளைத் துபாஷிகளிடம் விற்கும் வழிமுறையைக் கண்டறிந்தான். அவனுடைய பயணங்களில் சிலர் மொழியறியாச் சித்திரக்காரர்களால் மட்டுமே படியெடுக்கப்பட வேண்டுமெனத் தனது முன்னோர்கள் உரைத்த சுவடிகளையும் அவனிடம் விற்று நாணயமாக்கினர்.

தன் தேவைக்கும் அதிகமாய் செல்வம் சேரத் துவங்கிய நாட்களில் பொற்பனையான் தான் சேகரிக்கும் சுவடிகளைப் படிக்கவும் தனக்காகப் படியெடுக்கவும் தொடங்கினான். ஒரு பௌர்ணமி நாளன்று அவன் வாசித்த ஆதிமுனியின் கதைப்பாடலின் இறுதிப்படலம் அவன் வாழ்வின் போக்கைத் தீர்மானித்தது. மன்னன் தன் வைத்தியர்களோடு கானகத்தில் கற்பக விருட்சத்தை தேடியது குறித்தும் நான்கு நூற்றாண்டுகள் நீடித்த வேளிர் அரச மரபு அத்தேடலோடு முடிவுற்றது குறித்தும் அப்படலத்தில் சொல்லப்பட்டிருக்க அவ்வூரில் அதுவரை அவற்றை அவன் எவர் சொல்லியும் கேட்டிருக்கவில்லை. மன்னனின் வைத்தியர்களுக்குக் கைகூடாத இரசவாதசித்தியைக் குறித்து பொழுதும் அவன்

சிந்தித்திருந்த வேளையில் மொழியறியா சித்திரக்காரர்களால் மட்டுமே படியெடுக்கப்பட வேண்டிய இரசவாதச் சுவடிகள் அவன் கைவசம் கிடைத்தன. அச்சுவடிகளை ஏதெனும் பற்ப, செந்தூரங்களின் செய்முறையாய் இருக்குமென்றே பொற்பனையான் முதலில் வாசிக்கத் தொடங்கினான். இறை போற்றும் பாடலைத் தொடர்ந்து இரசவாதச்சித்தி எவருக்குக் கைகூடுமென்றும், அவ்வைத்தியன் கடைப்பிடிக்க வேண்டிய நித்யகர்மங்களைப் பற்றியுமான தொடர்ச்சியான பாடல்களில் திகைப்படைந்தவன் தான் வைத்திருப்பது இரசவாதச்சுவடிகள் என்பதையறிந்து கைகள் நடுநடுங்க கண்களை மூடிக்கொண்டான். என்ன சொல்லப்பட்டுள்ளதெனத் தெரிந்து கொள்ளும் ஆர்வத்தின் பொருட்டு வாசிப்போமென அவன் தன்னைத் தானே சமாதானப்படுத்தினாலும் சில நாட்களில் அவன் தோற்றம் கடும் பிணியுற்றவனைப் போல் மாறத் தொடங்கியது. வேறு சிந்தனைகள் ஏதுமற்று சுவடிகளை உண்டு உயிர்வாழும் அந்துப் பூச்சியாய் உருமாறத் தொடங்கியவனுக்குச் சிறுபொழுதுகள் குறித்த பிரக்ஞை நழுவத் தொடங்கியது. மாலைப் பொழுதுகளை விடியலாய் கருதியவன் சட்டெனப் பகல் கழிந்து இரவானாதாய் வெஞ் சினம் அடைவான். தன் சிந்தையும் செயலும் பிறிதொருவரால் கட்டுப்படுத்தப்படுவதாய் கருதிய நாளில் அச்சுவடிகளை தீயிலிடத் துணிந்தான். ஆனால் தன் முடிவிற்காய் தன்னையே கடிந்து விரல்களைத் தீயில் சுட்டுக்கொண்டு மரணத்தின் பிடியிலிருந்து மீட்கப்பட்ட சிசுவைப் போல் சுவடிகளைக் கையிலேந்தி அழத் தொடங்கினான். அவனுக்குப் பொன்னைக் குவிப்பதற்கான வாய்ப்பாய் சுவடி வணிகமிருந்தது. ஆனால் அதை விடுத்துப் பொற்பனையான் இரசவாதத்தை நோக்கிப் பயணமானான்.

இரசவாதமென்பது பதினோரு உலோகங்களும், இருபத்தைந்து காரசாரங்களும், அறுபத்தி நான்கு பாடாணங்களும், நூற்றியிருபது உபரசங்களும் உள்ளடங்கிய தாதுப் பொருட்கள் பல்லாயிரம் மூலிகைகளோடு நிகழ்த்தும் விந்தைகளை இலட்சம் புதிர் சொற்களுக்குள் தேடும் பயணமென அவன் அறிந்திருக்கவில்லை. சுவடிகளோடு இரு பெரும்பொழுதுகளைக் கழித்தவனை மருட்டியவை அநேகம்.

தாதுக்களைச் சுத்திக்கும் முறைகளும், அதற்குரிய பருவங்களும், பலவித மருந்து செய்முறைகளும், அதற்குண்டான கருவிகளும், இயந்திரங்களும் என அவன் அதுவரை அறிந்திராத அவ்வுலகை அறிய பல வைத்தியர்களிடம் கூலியாளாய்ச் சென்றான். அங்கே கல்வத்தில் இடைவெளியற்று மருந்தரைக்கும் வேலைகளும், தாதுக்களைச் சுத்திக்க மூலிகைகளை உரலிலிட்டு இடித்துச் சாறு பிழிந்து தருவதும், புடமிட வரட்டிகளைச் சுமந்து வருவதுமான வேலைகள் கிடைத்தன. சீடர்களுடனான வைத்தியர்களின் உரையாடல்களை அவர்களுக்கு முகம் கொடுக்காமல் கவனமாகக் கேட்டுக் கொண்டு தன் இருப்பிடம் திரும்பியதும் அவற்றைச் சுவடிகளில் குறித்துக் கொள்வான். இரசவாதச் செய்முறைகளில் முக்கியவைகளான செயநீர் தயாரிப்பு முறைகளையும், பதங்கமாக்கும் முறைகளையும் அறியும் வாய்ப்புகள் அவனுக்குக் கிடைத்தன. பன்னிரண்டு பெரும்பொழுதுகளை வைத்தியசாலைகளில் கழித்த பின் இரசவாதத்தில் இறங்கும் அசட்டுத் துணிச்சல் அவனுக்கு ஏற்பட்டது.

பொற்பனையான் இரசவாதத்திற்குத் தேவையான தாதுப்பொருட்களை முதலில் சேகரிக்க முடிவெடுத்தான். உலோகங்களை மாரணஞ் செய்யக்கூடிய வெங்காரம், வெடியுப்பு, வெள்ளை, வீரம், பூரம், கந்தி, ரசம், சாரம் ஆகிய அஷ்டலோக மாரணச் சரக்குகள் அவன் பட்டியலில் முதன்மையாயிருந்தன. மருந்துப் பொருள் அங்காடியில் அவன் கேட்ட இப்பொருட்களையும் அளவையும் பார்த்து அவனருகில் நின்றிருந்த வைத்தியர் அவனுக்கு மட்டும் கேட்கும் இரகசியத் தொனியில் “மன்மதனைப் பொசுக்கிட சிவனின் நெற்றிக்கண்ணிலிருந்து கிளம்பிய தீப்பொறி சூதத்தோடு சேர்ந்து தீக்கொழுந்து கட்டியானதைப் போல் வீரம் உண்டானது. கைலாச மலைகளில் வாயில் இரசமணியிட்டுச் சென்று அதை மான்தோலில் எடுத்துக் கட்ட வேண்டும். ஆகவே நீ கேட்கும் வீரமும் பூரமும் இதுவல்ல” என்றார். அவ்வெச்சரிக்கைகளைப் பொருட்படுத்தும் மனநிலையில் பொற்பனையான் இல்லை. அங்காடிகளில் கந்தகமும் வெடியுப்பும் கிடைக்கவில்லை. சீனதேசத்திலிருந்து வரவழைக்கப்படும் கந்தகமும் கீழைத் தீவான அச்சேவிலிருந்து வரவழைக்கப்படும் வெடியுப்பும்

ஃபிரெஞ்சின் கட்டுப்பாட்டிலிருந்தன. துறைமுகத்தில் இறக்கப்படும் சரக்குகளில் வெடியுப்பும் கந்தகமும் செல்லுமிடத்தைத் தன் கடலோடி நண்பர்கள் மூலம் பொற்பனையான் அறிந்தான்.

புதுச்சேரிக்குத் தெற்கே வீராம்பட்டினம் என்னும் அக்கிராமத்தில் தான் துப்பாக்கி வெடிமருந்து தயாரிக்கும் பணிமனை உருவாகியிருந்தது. ஐரோப்பாவிலிருந்து பசுமை நிறச்சாடிகளில் வந்து சேரும் வெடிமருந்துகளுக்குப் பற்றாக்குறை நிலவிய காலமது. அதைச் சரிசெய்யக் கம்பெனி நிர்வாகம் இங்கேயே உள்ளூர் கம்மாளர்களால் கருமருந்து தயாரிப்பைத் துரிதப்படுத்த முடிவெடுத்திருந்ததைப் பொற்பனையான் அறிந்தான். அங்கு கம்மாளர்களுக்குப் பயிற்சி தர வேண்டிய பரங்கியன் பரதேசிகளின் பின்னே அலையும் விசித்திரத்தையும் கண்டான். வைத்திய சாலையில் பணிக்குச் சென்றதைப் போல் அவனால் வெடிமருந்துப் பணிமனைக்குள் நுழையமுடியவில்லை. அங்கே கொல்லர்கள் மட்டுமே பணியமர்த்தப்பட்டனர். ஆகவே கம்மாளச்சேரிக்குள் யாரிடமாவது நட்பாக முயற்சித்திருந்த காலத்தில் தான் பெனுவாவையும் பின்தொடர்ந்தான். விரைவிலேயே அவனுக்குப் பெனுவாவின் மனப்போக்கு பிடிபட்டது. கம்மாளச்சேரியில் ஒரு கொல்லனைப் பழகி அவனுக்கு வேண்டியதைச் செய்து அவனிடமிருந்து பணிமனையின் பூட்டிற்கு ஒரு கள்ளச்சாவி வாங்கினான். அவன் வெடியுப்பைத் திருடவிருந்த நாளின் மாலையில் ஏனோ அவனுக்குத் துபாஷியையும், பெனுவாவையும் பின்தொடரத் தோன்றியது. பொற்பனையானின் உள்ளுணர்வு பெனுவாவிடம் நேரடியாகவே கந்தகத்தையும் வெடியுப்பையும் கேட்கத் தூண்டினாலும் ஏனோ அவனுக்கு ஐரோப்பியர்களின் மேல் முற்றான நம்பிக்கை உருவாகியிருக்கவில்லை. தலை துண்டாடப்பட்டு ஈட்டியில் சொருகிய பின் ஒருவாரம் நகரை வெறித்திருக்கும் துர்விதி அன்றைய நாட்களில் குற்றவாளிகளுக்கு நேர்ந்தன. ஆகவே கந்தகத்தைத் திருடி பிடிபட்டு பெனுவாவின் முன் நிறுத்தப்பட்ட பின் பொற்பனையானுக்கு உண்மையை உரைப்பதைத் தவிர வேறு வழியிருக்கவில்லை.

தமிழ் பேசும் நிலப்பரப்பில் எங்கோ ஒரு மாமர நிழலில் அமைந்த பனையோலைக் குடிசையில் தலைச்சன் பிள்ளையாய்

பிறந்த பொற்பனையானும் வருடத்திற்கு இருநூறு நாட்கள் மழை பெய்யும் ஃபிரான்சின் மேற்கு நிலப்பரப்பில் சூரியன் எட்டிப்பார்த்த ஓர் இனிய மதிய வேளையில் பிறந்த ரேமன்ட் பெனுவாவும் அதுநாள் வரை ஒரே ஊழினைப் பின்தொடர்ந்திருந்தனர். ஆகவே அவர்கள் சந்திக்க நேர்ந்ததும் இருவரும் சேர்ந்து பயணிப்பது தவிர்க்க முடியாததாய் ஆனது.

இரசவாதச் சுவடிகளைப் பொற்பனையான் வாசிக்க துபாஷி அதை ஃபிரெஞ்சில் பெனுவாவிற்கு விளக்கினார். அதுநாள் வரை அப்பாடல்களில் மறைபொருளாய் குறிப்பிடப்பட்டுள்ள தாதுக்கள் குறித்தும் சங்கேத மொழிகளில் உணர்த்தப்பட்டுள்ள மூலிகைகள் குறித்தும் பொற்பனையான் சுவடிகளில் எழுதியிருந்த அனுமானங்களைப் பெனுவா சீனக் காகிதங்களால் தயார் செய்யப்பட்டிருந்த தன் குறிப்பேட்டில் எழுதிக் கொண்டான். மற்றவரின் மொழியில் தொடர்புறுத்தும் சொற்களை மட்டுமே அறிந்த இருவரும் கூட்டாக ஆய்வைத் தொடங்குவதெனத் தீர்மானித்தனர்.தங்கத்தின் பொருட்டல்ல; அக்கலையின் பொருட்டே அதற்குள் நுழைகிறோம் என அவர்கள் தங்களுக்குள் தெளிவுபடுத்திக் கொண்டனர். பெனுவா பொற்பனையானிடம் “இரசவாதம் தேவனின் இராஜ்யத்திற்குரியது; நாம் அந்த இராஜ்யத்தின் குடிகளாய் இருப்போம்” என்றான். ஏனோ துபாஷிக்கு மட்டும் விதி அவர்களை நோக்கிக் கள்ளப் புன்னகை செய்வதாய் தோன்றியது.

மெய்ஞ்ஞானியின் கல்

(அ) இரசவாதியின் சாபம்

வெளியாட்களின் இடையூறு இல்லாமலும் கம்பெனி நிர்வாகம் அறியாமலும் ஊருக்குப் புறத்தே பனங்காட்டுக்குள் அவர்கள் உருவாக்கிய முதல் ஆய்வுக்குடிலை ஒரே மாதத்திற்குள் அவ்வருடப் புயல் சுருட்டிச் சென்றது. பெனுவா பொற்பனையானிடம் “தேவனின் இராஜ்யத்திற்கான பயண வழி முட்கள் நிரம்பியது” என்று சொல்லி ஆய்வுக் குடிலை மீண்டும் உருவாக்கினான். கணிசமான தாதுப்பொருட்களை ஏற்கனவே பொற்பனையான் சேகரித்திருந்ததால் முதலில் சரக்குகளைச் சுத்திக்கும் வேலையைத் தொடங்கினர்.

ஆய்வுக்கூடமே கதியெனக் கிடந்த பொற்பனையானுக்குக் கூலியாட்கள் சரக்குகளைச் சுத்திப்பதைப் பார்க்கையில் நத்தையின் பயணத்தைப் பின்தொடர்வதைப் போல் தோன்றும். உதாரணமாய் நுண்மையாய் பொடி செய்த ஒரு பங்கு வெடியுப்பை இரு பங்கு கடல்நீருடன் கலந்து அதன் தெளிவைத் தனியே இருப்பு பாத்திரத்தில் காய்ச்சி உறையும் பதத்தில் செப்புப் பாத்திரத்திலிட்டுக் குளிர வைக்க அது உப்பாகும். அவ்வுப்பை மீண்டும் முன் சொன்ன வழிமுறையில் ஆறு முறை செய்ய வெடியுப்பு சுத்தியாகும். அதுபோல் அவர்களுக்குத் தேவையெனக் கருதி சேகரித்து வைத்திருந்த இருபத்தியேழு தாதுப் பொருட்களைச் சுத்தி செய்ய பதினெட்டு வழிமுறைகளிருந்தன. அவ்வழிமுறைகளில் சில இரு நாழிகைகளும் சில இருபது நாட்களையும் எடுத்துக் கொள்ள இறுதியாய் அனைத்தையும் சுத்தி செய்து முடிக்க அவர்களுக்கு ஆறுமாத காலமாயின.

தாதுக்களைச் சுத்தித்த பணியானது ஓலையெழுத வேண்டிய சுவடியின் பக்குவமறிய தலைப்பில் சுழியிட்டு பார்ப்பதைப் போன்றதே. அதன் பிறகு அவர்கள் அடுத்த முக்கியப்பணியான இலிங்கமெனும் குருமருந்தைச் செய்திடத் திட்டமிட்டனர். அதிலிருந்து அவர்கள் எதிர்கொண்ட பிணக்குகள் சொல்லி மாளாதவை. இலிங்க வைப்பு முறையில் சம எடையளவு படிகாரம், கந்தகம், இரசம், பூநீறு, வெங்காரம், கல்லுப்பு, நாகம் ஆகியவற்றைக் கல்வத்திலிட்டு ஆறுவகைச் செயநீர் ஊற்றி எட்டு சாமம் அரைக்க வேண்டும். பின் அதைச் செப்புப் பாத்திரத்திலான பதங்கக் கருவியில் மூடி மூன்று நாள் எரித்தால் குருமருந்தான இலிங்கம் உண்டாகும். அதுவே இரசவாதச் சித்தியில் எளிய உலோகங்களைப் பொன்னாக்கும் மூலமருந்தாகும். இங்கு தான் அவர்களுக்கு முதல் தடை உருவானது. அறுவகைச் செயநீரில் உலோக பாடாணங்களைச் சுண்ணமாக்கும் சிப்பிச் செயநீர், கடுங்காரப் பறபங்கள் செய்ய உதவும் அண்ட எருக்கஞ் செயநீர், நவமணி, நவலோகம், இரசம், உபரசம் ஆகியவற்றைச் செந்தூரிக்கும் செந்தூரச் செயநீர் ஆகிய மூன்றிற்கான செய்முறைக் குறிப்புகள் மட்டுமே அவர்கள் வசமிருந்தன. மீதமுள்ள மூன்று செயநீரும் எவையென்றே அவர்கள் அறிந்திருக்கவில்லை.

தற்போது மூன்று செயநீரை மட்டும் செய்து கொள்ளலாமென அறிவுறுத்திய பெனுவா மீதமுள்ள மூன்று செயநீர் எவையென அறிவதைத் தன் பொறுப்பிலெடுத்துக் கொண்டான். இம்முறை வைத்தியருடனான உரையாடலில் துபாஷி வெறும் பார்வையாளராய் நின்றிருக்க தாதுக்களைப் பற்றிய பெனுவாவின் அறிதல் வைத்தியருக்கு வியப்பூட்டியது. அவனுடைய கேள்வியின் சாரத்தைப் புரிந்து கொண்ட வைத்தியர் செயநீரில் ஆறுவகை மட்டுமல்ல நாமறியாத அறுபது வகைகள் கூட இருக்கலாமெனப் பதிலளித்தார். தன்வசம் பதினெட்டு செயநீரின் செய்முறைச் சுவடிகள் உள்ளதெனவும் அவனுக்குத் தேவையெனில் பிரதியெடுத்துக் கொள்ளவும் வைத்தியர் அனுமதித்தார். இரண்டு வருடங்களுக்கு முன்பு தான் வரட்டி சுமப்பவனாய் வேலை செய்த வைத்திய சாலைக்கு சுவடிகளைப் பிரதியெடுக்க பொற்பனையான் தயக்கத்துடன் வந்து நின்றான். சுவடிகளைப் பிரதியெடுக்க பெனுவா அனுப்பிய ஆளெனத் துபாஷி அறிமுகம் செய்து வைத்த பொற்பனையானை வைத்தியர் கண்டதும் அவரது புருவங்கள் உயர்ந்தன. இரு வருடங்களுக்கு முன்பாய் தன்னிடம் வேலை செய்த அவனின் பெயரைக் கூட அவர் அறிந்திருக்கவில்லை. சுவடிகளைப் பிரதியெடுக்கத் தெரிந்தவன் எதற்காகத் தன்னிடம் கூலியாளாய் இருந்தான் எனச் சிந்திக்கத் தொடங்கியவர் செயநீர் செய்முறைச் சுவடிகளைத் தராமல் தன்னிடமிருந்த சிவபுராணச் சுவடிகளைத் தந்தார். அச்சுவடிகளைப் பிரதியெடுக்கும் பொற்பனையானின் முகபாவனைகளைக் கவனமாய் ஆராய்ந்தவாறிருந்த வைத்தியரின் எண்ணத்தை உணர்ந்த பொற்பனையானோ அவற்றை மகிழ்ச்சியாய் பிரதியெடுப்பவனாய் காட்டிக் கொண்டான். மற்ற ஐரோப்பியர்களைப் போல் பெனுவா சுவடிகளை வெறும் மொழிபெயர்க்கும் பணிமட்டும் செய்யவில்லையென்பதை யூகித்த வைத்தியர் இரசவாதப் பித்து அவனை என்ன செய்யவிருக்கிறதோ என வருந்தினார். சிவபுராணத்தைப் புன்னகையுடன் படியெடுத்த பொற்பனையான் வைத்தியரை நோக்கி "திருச்சிற்றம்பலம்" என வணங்கி விடைபெற்றுக் கொண்டான். வைத்தியர் துபாஷியிடம் "நாளை பெனுவாவை வரச்சொல்லுங்கள்" எனச் சொன்னது வெளியில் சென்றிருந்த

பொற்பனையானின் செவிகளிலும் விழுந்தது. ஆய்வுச் சாலை செல்லும் வழியில் தான் பிரதியெடுத்த சுவடிகளை ஒரு கால்வாயில் வீசியெறிந்து விட்டு அவை நீரில் அடித்துச் செல்வதை சற்று நேரம் வெறித்திருந்தான். அவனுக்குள்ளாக பிறிதொருவரின் குரல் அவனது ஏமாற்றத்திற்காக வருந்தி அவனைத் தேற்றியது.

மறுநாள் பொற்பனையானும் பெனுவாவும் சுவடிகளை ஆராய்ந்தவாறு குறிப்புகளை எடுத்துக் கொண்டிருந்த வேளையில் பதற்றத்துடன் அவ்விடம் வந்த துபாஷி வைத்தியர் கொலையுண்டதாய்ச் சொன்னார். பொற்பனையான் வானை நோக்கிக் கண்களை மூடி "திருச்சிற்றம்பலம்" என்றான். நல்ல மனிதருக்கு நேர்ந்த கதியைக் குறித்து வருத்தம் தெரிவித்த பின் அவன் மீண்டும் தன்வசமிருந்த பதினெட்டு செயநீர்களின் செய்முறைச் சுவடிகளில் மூழ்கத் தொடங்கினான். துபாஷியுடன் புறப்பட்ட பெனுவா வைத்தியரின் இறுதிச் சடங்குகளில் கலந்து கொண்டான்.

ஒரு நாளில் பெனுவா துப்பாக்கி வெடி மருந்துக் கூடத்தில் சில நாழிகைகளுக்கு மேல் இருப்பதில்லை. அவன் வெடியுப்பையும் கந்தகத்தையும் வேறெங்கோ கொண்டு சென்று விற்பதாய் சில கொல்லர்கள் யூகித்தனர். பிறர் அறியாமல் அவர்களும் தன் பங்குக்கு அவற்றைத் திருடி சில வைத்தியர்களுக்கு விற்கத் தொடங்கினர். சோழக் கடலைத் தன் ஆளுகைக்கு மட்டும் வைத்துக் கொள்ள ஐரோப்பியர்கள் தங்களுக்குள் நீரிலும் நிலத்திலும் ஓயாது சண்டையிட்டுக் கொண்டிருந்த காலமது. ஃபிரெஞ்ச் கிழக்கிந்திய கம்பெனி நிர்வாகமோ பணிமனைக்கு அனுப்பப்படும் கந்தகத்திற்கும், வெடியுப்பிற்கும் தகுந்தாற்போல் துப்பாக்கிக் கருமருந்து வரத்து இல்லாததோடு முந்தைய மாதங்களை விட உற்பத்தி குறைவாக உள்ளதாகவும் அவனுக்குக் கடிதம் அனுப்பியது. துபாஷியோடு கந்தகம் மற்றும் வெடியுப்பின் இருப்பை சோதனையிட்ட பெனுவாவிற்கு பேரதிர்ச்சி காத்திருந்தது. சுமார் முந்நூறு பவுண்டுகள் இருப்புக் குறைவை அவன் சற்றும் எதிர்பார்த்திருக்கவில்லை. பெனுவாவிற்கோ யாரின் மேல் சந்தேகப்படுவதெனத் தெரியாமல் விசயத்தை கம்பெனி நிர்வாகத்திற்கு கொண்டு

சென்றால் தன் மீதும் குற்றச்சாட்டு திரும்புமென்பதையும் உணர்ந்து குழம்பியிருந்தான். அந்நேரத்தில் செந்தூரச் செயநீர் தயாரிப்பில் நேர்ந்த ஒரு பிழையைப் பொற்பனையான் பெனுவாவின் கவனத்திற்கு கொண்டு வந்தான். அவர்கள் செயநீர் தயாரிப்பில் ஐந்தாங்காய்ச்சல் வெடியுப்பிற்கு பதில் ஏழாங்காய்ச்சல் வெடியுப்பைப் பயன்படுத்திவிட்டனர். ஆகவே செந்தூரச் செயநீர் புதிதாய் தயாரிக்க ஒரு மணங்கு வெடியுப்புத் தேவையென்பதே பொற்பனையானின் கோரிக்கையாய் இருந்தது. கம்பெனி நிர்வாகத்தின் கடிதத்தைப் பற்றியும் கந்தகம் மற்றும் வெடியுப்பின் இருப்பு அவர்கள் பயன்பாட்டிற்காய் எடுத்ததை விட பலமடங்கு குறைந்துள்ளதைப் பற்றியும் பேசிய பெனுவா ஐந்தாங்காய்ச்சலுக்கும் ஏழாங்காய்ச்சலுக்கும் அதன் காரத்தன்மையில் பெரிய வேறுபாடு இராது என விளக்கி குருமருந்தான இலிங்க வைப்பிற்கு அதையே பயன்படுத்தலாம் என்றான். பொற்பனையானின் ஏமாற்றத்தை உணர்ந்த பெனுவா மீண்டும் ஒரு மணங்கு வெடியுப்பு எடுத்து வருவது பெரிய விசயமில்லையென்றும் அச்செயநீரைத் தயாரிக்க ஆகும் ஒரு மண்டலம் காலவிரயமே என எடுத்துரைத்தான். "சிவன் தென்னாட்டவனென்றாலும் தெற்கே பயணித்தால் கைலாச மலைகளை அடைய முடியாது" என்பதே பெனுவாவின் சமாதானத்திற்கு தன் கோபத்தை வெளிக்காட்டாத பொற்பனையானின் பதிலாயிருந்தது.

அவர்களின் ஆய்வுச்சாலையில் அவ்வளர்பிறை நாட்கள் முழுதும் எந்த வேலையும் நடக்கவில்லை. பொற்பனையான் குருமருந்தின் மூலம் தாழ்ந்த உலோகங்களைப் பொன்னாய் மாற்றும் பல்வேறு வழிமுறைகளில் எளிய வழிமுறை எது எனச் சுவடிகளில் தோய்ந்திருந்தான். அவர்கள் முதலில் செய்ய வேண்டிய ஆறுவகைச் செயநீர்களில் ஒன்று மட்டும் தயாராகியிருக்க அதிலும் பொற்பனையானுக்குத் திருப்தியில்லை. சிப்பிச் செயநீருக்காக சேகரிக்கப்பட்டிருந்த உயிர் சிப்பிகள் அனைத்தும் மாண்டு வெறும் ஓடுகளாகியிருந்தன. ஒவ்வொரு நாளும் பணியைத் தொடர வற்புறுத்தியவாறிருந்த பெனுவாவிற்கு பொற்பனையான் எந்த பதிலும் அளிக்கவில்லை. பெனுவா மிகவும் வற்புறுத்திய ஒரு மாலை வேளையில் பொற்பனையான் தன் வசமிருந்த செந்தூரச் செயநீரை குடிலுக்கு வெளியிலிருந்த

ஒரு ஆவாரஞ் செடியில் ஊற்றினான். அதன் பொன்னிறப் பூவிதழ்களும் இலைகளும் கருமை நிறமடைந்து சட்டென சாம்பல் துகள்களாய் உதிர்ந்து வெறும் குச்சியாய் நின்றது. அதைச் சற்றும் எதிர்பார்த்திராத பெனுவா சாத்தானின் இருளில் பயணிக்கும் பொற்பனையானுக்குள் தேவனை வென்றெடுக்க வேண்டுமென்று தனக்குள்ளாக சொல்லிக் கொண்டான்.

துப்பாக்கிக் கருமருந்து பணிமனையின் காவலை அதிகப்படுத்தியிருந்த பெனுவாவிற்கு பொற்பனையானின் தேவையை நிறைவேற்றுவதைத் தவிர வேறு வழியிருக்கவில்லை. அவர்கள் பதினெட்டுச் செயநீரிலிருந்து தாது, சீவ, மூலிகை வகுப்புகளில் வகைக்கு இரண்டைத் தேர்ந்தெடுத்துக் கொண்டனர். பெனுவா முந்நூறு பவுண்ட் வெடியுப்பும், கந்தகமும் உலர்த்தும் போது எரிந்து போனதாகவும் தேவனின் கிருபையால் யாருக்கும் எவ்வித அசம்பாவிதமும் நிகழவில்லையென்றும் கம்பெனி நிர்வாகத்திற்கு பதிலளித்து அப்பிரச்னையைத் தற்காலிகமாய் சமாளித்திருந்தான்.

பொற்பனையான் அதுவரை சேகரித்திருந்த செல்வங் களனைத்தையும் இரசவாதத்தில் இழந்திருக்க வேலையாட்களின் கூலியையும் தாதுக்கள் வாங்குவதற்கான செலவுகளையும் பெனுவாவே சமாளித்தான். ஆறுமாதங்களுக்கு ஒருமுறை தன் தாயகத்திலிருந்து வரும் கடிதங்களை அவன் பிரித்துக் கூடப் பார்ப்பதில்லை. பொற்பனையானுக்கு விளைபொருள் மட்டுமே குறியாயிருக்க பெனுவாவிற்கோ வழிமுறைகளில் தாதுக்களில் நிகழும் மாற்றங்கள் ஏனெனக் கேள்விகளால் ஆராய்வதே விருப்பமாயிருந்தது. அவர்கள் செயநீர் தயாரிப்பில் மட்டும் ஆறு மண்டலங்களைக் கழித்திருந்தனர். அடுத்ததாய் குருமருந்தான இலிங்க வைப்பு முறை.

ஆறுவகைச் செயநீரை ஏழுவகைத் தாதுப்பொருட்களில் ஊற்றி எட்டு சாமம் அரைக்க வேண்டுமெனப் பெனுவா சொல்லிப் பார்த்தான். இவையனைத்தும் அஞ்ஞானிகளோடு மெய்ஞ் ஞானிகள் நிகழ்த்தும் விளையாட்டாய் இருக்குமோ எனத் தனக்குள் எழுந்த ஐயத்தை அவன் பொற்பனையானிடம் உரைக்கவில்லை. பெனுவா எல்லாவற்றிலிருந்தும் சற்று விலகி அனைத்தையும் வேடிக்கை பார்க்கத் தொடங்கினான்.

பொற்பனையானின் கண்களில் தெரியும் தீவிரமும் பிறிதொருவராய் உருமாறும் அவனது முகபாவனைகளையும் சமயத்தில் யாருடையதைப் போன்றோ ஒலிக்கும் அவனுடைய குரலையும் அவன் கவனிக்காமலில்லை.

ஏழுவகைத் தாதுக்களை செயநீரில் குழைத்து அரைக்கப்பட்ட எட்டுச் சாமங்களும் பெனுவா உடனிருந்து அதில் நிகழும் ஒவ்வொரு நிறமாற்றத்தையும் அதன் நெடிகளையும் மருந்தரைக்கும் தொழிலாளியின் உடல் அனலாய் தகித்துப் பின் பனி நீராய் குளிர்ந்ததையும் தன் குறிப்பேட்டில் குறித்துக் கொண்டிருந்தான். தனலுக்கருகில் இருப்பதாய் அவர்கள் உணர்ந்து சொல்லியதையும் வழியும் வியர்வை மருந்தில் கலந்திடாமல் ஆள்மாற்றி அவர்கள் அரைத்ததையும் கூட குறிப்புகளாக்கினான். விநோதமாய் அத்தாதுக்களின் சேர்மானக் கலவைக் கல்வத்தில் காட்டிய நிறபேதம் அனைவருக்கும் ஒரே மாதிரியாய் தோன்றவில்லை. பெனுவாவிற்கு பசுமஞ்சள் நிறத்தில் தோன்றியதை பொற்பனையான் கத்தரிப்பூ நிறமெனக் கூற மருந்தரைப்பவனோ நத்தைக் கூட்டின் நிறமென்றான்.

எட்டு சாமங்களைக் கடந்ததும் மருந்தரைப்பதைக் கூலிகள் நிறுத்தினர். அடுத்து அவர்களுக்குப் பதங்கக் கருவியைத் தயார் செய்யும் வேலையிருந்தது. வெறும் மண்பானைகளே ஆய்வுக் கருவிகளாய் இருப்பதை மீண்டும் பெனுவா அதிசயத்துடன் பார்த்திருந்தான். ஒரு சிறிய மண்பானையில் பதங்கமிடப்பட வேண்டிய சரக்கை சிறு வில்லைகளாய் தட்டி பரப்பினர். அதன் மேலே வைக்கப்பட வேண்டிய பெரிய பானையின் உட்புறம் பதங்கம் ஒட்டுவதற்குத் தேவையான ஊமத்தையிலை, கல்யாண முருங்கையிலை, வெற்றிலை, கோவையிலை, கருந்துளசியிலை, குப்பைமேனியிலை இவற்றின் சாற்றைப் பூசினர். இப்போது சரக்கிருந்த சிறிய பானையின் மீது அப்பெரிய பானை வாய் மூட பொருத்தப்பட்டது. அதன் பின் புற்றுமண்ணை நீரில் குழைத்து பருத்தி துணியின் ஒரு புறமாய் பூசி ஏழு சீலைகள் செய்து கொண்டனர். அவை பெரிய பானையின் மேற்புறமாகவும், பொருந்தியிருந்த பானைகளின் வாய்களைச் சுற்றியும் ஒட்டப்பட்டன. பின் வன்னி மர

விறகுகளால் எரியூட்டப்பட்ட அடுப்பின் மீது அப்பதங்கக் கருவி வைக்கப்பட்டது.

மூன்று நாட்கள் எரிப்பதற்குத் தேவையான வன்னி மர விறகுகளைப் பொற்பனையானே வெட்டி வந்திருந் தான். அவனுக்கு அவ்விசயத்தில் கூலிகள் மீது நம்பிக்கையிருக்கவில்லை. "நாம் உடனிருந்து கண்காணிக்கலாம் எதற்காக நீயே கிடந்து இத்தனை மரங்களையும் வெட்டிக் கொண்டிருக்கிறாய்" எனப் பெனுவா எரிச்சலுற்றதை அவன் பொருட்படுத்தவில்லை. பதங்கக்கருவி எரியூட்டப்பட்ட மூன்று நாட்களும் பொற்பனையான் துளி உறக்கமற்று அருகிலிருந்தான். சில நாழிகைகள் உறங்கிவிட்டுத் திரும்பும் பெனுவா தான் பார்த்துக் கொள்வதாய் சொல்லியும் அவன் அவ்விடத்தை விட்டு நகர்வதாயில்லை. மூன்று நாட்கள் எரியூட்டப்பட்ட பதங்கக் கருவியின் மேல்புறத்தில் செந்நிற இலிங்கம் படிந்திருக்க கீழே சிறிய பானையில் தொட்டிப் பாடாணம் தங்கியிருந்தது. அதைச் சேகரித்து தனித் தனிப் பீங்கான் குடுவைகளில் இட்ட பின்னர் பொற்பனையான் இரண்டு பகல்களும் இரண்டு இரவுகளும் இடைவெளியற்று உறங்கினான்.

தொடர் உறக்கத்திலிருந்து விழித்த பொற்பனையானின் அலறல் கேட்ட பெனுவா தன்வசமிருந்த குறிப்பேட்டை அதிர்ச்சியில் நழுவவிட்டான். பெனுவாவின் முகத்தைக் கண்ட பொற்பனையானோ ஏதோ அறிமுகமற்ற நபரைப் பார்ப்பதைப் போல் சற்று நேரம் விழித்திருந்து பின் சுயநினைவு மீண்டதும் குடிலை விட்டு வெளியேறி பனங்காட்டிற்குள் சென்றான். அலைகளின் ஊளைச் சத்தம் அவன் கண்ட கனவை மீண்டும் நினைவுகளில் நிகழ்வுகளாய் காட்டியது.

கனவில் பொற்பனையான் கண்டது ஆதிமுனியின் காட்டை. அகரத்தை அறிவதற்கு முன்பே அக்கானகத்தை அறிந்திருந்தவன் அவன். ஆகவே முதல் பிம்பத்திலேயே மேகங்களற்ற முழுமதி இரவது எனக் கண்டுகொண்டான். அக்கானகத்தில் ராஜவைத்தியனும், ஏனாதியும், அரசனும் நின்றிருந்தனர். இரசவாதம் கைகூடாது பித்தனாய் உருமாறியிருந்த அரசனோ தன் இறுதி முயற்சியதுவெனச் சூளுரைத்திருந்தான்.

மொத்தப் படைகளும் காட்டைச் சுற்றி வளைத்திருந்தது. ஒரு மண்டலத்திற்கு முன்பாக அணங்கு உறையும் பெரு மரங்களாய் வனத்திற்குள் ராஜவைத்தியன் மகிழம், இலுப்பை, பாலை மரங்களைக் காட்டியிருந்தான். அப்போது அம்மரங்களைத் துளையிட்டு இரசமணியை உட்செலுத்தி கருங்காலி மரத்துண்டாலான ஆப்பின் மூலம் அத்துளையை மூடிவிட்டுச் சென்றிருந்தனர். ஒருமண்டலம் கழிந்து இரசமணிகளை மீண்டும் வெளியெலெடுக்கும் நாளது. அம்மரங்களிலிருந்து சேகரிக்கப்பட்ட இரசமணிகளோடு கானகத்தின் மையத்தில் கற்பகவிருட்சம் இருக்குமிடமென அவர்கள் நம்பிய இடத்திற்கு வந்தனர். மகிழம், இலுப்பை, பாலை மரங்களின் இரசமணிகள் முறையே ஏனாதி, இராஜவைத்தியன், அரசனின் உள்ளங்கைகளுக்குள் இருந்தன. கண்கள் மூடிய நிலையில் மந்திர உச்சாடணத்தில் மூழ்கியிருந்தஇராஜவைத்தியனுக்காய் மற்ற இருவரும் பொறுத்திருந்தனர். உச்சாடணம் முடிவுற்றதன் அடையாளமாய் வாயைத் திறவாமல் தொண்டைக்குள் உறுமிய இராஜவைத்தியன் பின் மன்னனைப் பணிந்து தலையசைத்தான். மூவரும் ஒரே நேரத்தில் உள்ளங்கையைத் திறக்க நிலவொளியை உள்வாங்கி மின்மினிகளைப் போல் சுடர்விட்ட இரசமணிகளைக் கண்டனர். அவர்களது இமைகளோ சிமிட்டலை மறந்தது போலும் வியப்பில் விரிந்த கண்களோ விழிக்கோளத்தை விட்டு வெளியேறுவதைப் போலும் தோன்றின. வீரர்களோ அவர்களைச் சுற்றி நூறடி இடைவெளியில் நின்றிருந்தனர். அரசன் முதலில் இரசமணியை ஏனாதியை விழுங்கச் சொன்னான். ஏனாதியின் நாவைக் குளிர்ச்சியாய் உணரச் செய்த இரசமணி அதே நேரத்தில் ஓர் இரும்புக் குண்டைப் போல் கனத்தது. மிகவும் சிரத்தையெடுத்து ஏனாதி இரசமணியை விழுங்க அது தொண்டைக் குழிக்குள்ளும் சுடர்விட்டவாறே பயணித்தது. சற்று நேரம் இயல்பாயிருந்த ஏனாதி எதோ திராவகத்தை விழுங்கியதைப் போல் அலறத் தொடங்கினான். பின் அவ்விடத்தை விட்டு வெளியே ஓட எத்தனித்தவனை வீரர்கள் தடுத்து நிறுத்த தன்னுடைய தலைமயிரைத் தன் கைகளாலேயே பிய்த்து அவ்விடந்தோறும் வீசினான். அவனெழுப்பிய விநோத ஒலிகள் மனிதனும் மிருகமும் புணர்ந்து பிறந்த உயிரின் ஓலமாய் இருந்தது. அங்கிருந்த செம்பறாங்கற்களைப்

படைவீரர்களை நோக்கி வீசியவன் பின் மன்னனின் கழுத்தைப் பற்றிய நொடியில் இரு துண்டங்களாய் வெட்டப்பட்டு நிலத்தில் வீழ்ந்தான். அடுத்து ராஜவைத்தியனின் முறை. அவன் நடுக்கத்துடன் இரசமணியைக் கையில் ஏந்தியிருக்கையில் காற்றில் பறந்து வந்த ஏனாதியின் மயிர்ச்சுருளொன்று அவனது நாசியை உரசிச் சென்று அவனுடலைக் கூசச் செய்தது. தனக்கு வேறு வழியில்லை என்பதை உணர்ந்த ராஜவைத்தியன் தாமதிக்காமல் இரசமணியை வேகமாய் விழுங்கினான். ஏனாதிக்கு நிகழ்ந்ததே ராஜவைத்தியனுக்கும் நிகழ்ந்தது. நிலத்தில் வீழ்ந்து கிடந்த இருவரின் உடல்களையும் அரசன் துயரத்துடன் வெறித்திருந்தான். அதற்குள் காட்டு ஈக்கள் அவ்வுடல்களை மொய்க்கத் தொடங்கின. அடுத்து ஏனாதியாய் வரவிருந்த மூத்த தளபதி அரசனிடம் பணிந்து அவ்விடத்தை விட்டுக் கிளம்பலாமென்றான். அரசன் அவனுக்கு ஒரு வெற்றுப் புன்னகையைப் பதிலாய் அளித்து விட்டுச் சட்டெனெ இரசமணியை விழுங்கினான். அவனது அலறலும் பேயோட்டமும் கானகத்தின் சிற்றுயிர்களை நடுங்கச் செய்தன. தன் படை வீரர்களைக் கல்லெறிந்து விரட்டிய அரசன் அப்புதர் வனத்தில் மூன்று இரவுகளும், மூன்று சுட்டெரிக்கும் பகல்களும் விடாது ஓடினான். இரண்டு சாமம் அவன் பின்னால் ஓடிய படை வீரர்கள் நாவறட்சியுற்று ஒவ்வொருவராய் மயங்கி விழுந்தனர். அவனோ மூன்றாவது பகலில் சூரியன் மறையவிருந்த நேரத்தில் நிலத்தில் வீழ்ந்து மடிந்தான். ஏதோ முன் ஜென்ம நிகழ்வுகளைப் போல் அக்காட்சிகள் பொற்பனையானுக்கு மிகத் துல்லியமாய் தெரிந்தன. அப்போது அவனுக்குள்ளாக உரையாடலைத் தொடங்கிய பிறிதொரு குரலை அம்முறை முழுப் பிரக்ஞையோடு அவன் கேட்டான்.

இரசவாதம் சித்தியாகக் கூடிய நாளென்று பொற்பனையான் பஞ் சாங்கத்திலிருந்து ஒரு நாளைக் குறித்துச் சொல்ல நாட்களைப் பொறுத்து தாதுக்கள் வினைபுரியும் விதம் வேறுபடக் கூடுமா? எனப் பெனுவா அதைத் தன் குறிப்பேட்டில் கேள்வியாய் எழுதிக் கொண்டான்.எவ்வளவு முயன்றும் அந்நாளைப் பதற்றத்துடன் எதிர்நோக்கியிருந்த பொற்பனையானை அவனால் இயல்பு நிலையில் வைத்திருக்க முடியவில்லை. அதுநாள்வரை ஆய்வுச் சாலையில் பணியாற்றிய கூலிகள்

அனைவருக்கும் ஊதியத்தை வழங்கி அனுப்பியிருந்தனர். ஏற்கனவே செம்பருத்தியிலைச் சாறு, வெள்ளாட்டு நீர், செவலைப் பசு நீர், முள்ளங்கிச் சாறு ஆகிய ஒவ்வொன்றிலும் ஆறு நாட்கள் மூழ்க வைத்து செம்புத் துகள்கள் சூரியப் புடத்தில் சுத்தியாக்கப்பட்டிருந்தன. பொற்கொல்லனால் உருக்கப்பட்டு தகடாக்கி மணித்தக்காளிச் சாற்றில் தோய்த்து சுத்தி செய்யப்பட்ட வெள்ளியும் தயாராயிருக்க பொற்பனையான் தான் குறித்திருந்த நாளுக்கு முந்தைய இரவு முழுதும் ஏனென்று தெரியாமல் அழுது கொண்டிருந்தான்.

சமஎடையில் குருமருந்தையும் செம்பையும் எடுத்துருக்கி அதை வெள்ளியோடு பத்துக்கொன்றென்ற அளவில் கலந்து மீண்டும் உருக்க எட்டரை மாற்றுத் தங்கம் கிடைக்கும். அதோடு பத்தில் ஒரு பங்கெனத் தங்கம் சேர்த்து தகடாய் அடித்துப் புடமிட்டால் பிறவித் தங்கம் தோன்றும். பொற்பனையான் மனதிற்குள் ஓராயிரம் முறை சொல்லியிருந்த செய்முறை அது. அன்றைய விடியலின் முதல் கீற்று குடிலுக்குள் நுழைவதற்கு முன்பாகவே பெனுவாவும் துபாஷியும் வந்து சேர்ந்திருந்தனர். துபாஷி ஏதோ கண்கட்டி வித்தையைக் காணப்போகும் மனநிலையில் உற்சாகமாய் இருந்தார். பெனுவாவோ ஆய்வுகளில் தான் மேற்கொள்ளவிருக்கும் பெரும்பாய்ச்சலுக்கு அது முதல் படியென்றே நினைத்திருந்தான்.

வெள்ளியை உருக்க வந்த பொற்கொல்லனால் வடிவமைக்கப்பட்ட உலையை அவர்கள் அப்படியே பராமரித்திருந்தனர். பொற்பனையான் உலர்ந்த கரித்துண்டுகளை ஏற்கனவே அதில் பரப்பி வைத்திருந்தான். அனலில் கடினப்பட்ட மண் குடுவையில் அவர்கள் இருபது வராகனெடையளவு செங்கபில நிற செம்புத்துகள்களையும், குருமருந்தான செந்நிற லிங்கத்தையும் எடுத்துக் கொண்டனர். மருந்து நிரம்பிய மண்குடுவையின் வாயை மற்றொரு குடுவையால் மூடி அதை உலையிலிட்டுத் தீ மூட்டினர். பொற்பனையான் கன்றின் தோலால் ஆன இரட்டைத் துருத்தியை இயக்க கரித்துண்டுகளில் சலனமற்றிருந்த தீப்பொட்டுகள் தீக்கொழுந்துகளாய் படர்ந்தன. அதன் ஒளி அங்கிருந்த மூவரின் கண்களிலும் வெவ்வேறு

விதமாய் சுடர்விட்டிருக்க பெனுவா தன் குறிப்பேட்டில் ஞானத்தீ மூட்டப்பட்டதாய் எழுதிவைத்தான்.

குடுவைகளுக்குள்ளிருந்து முதலில் செந்நிறப்புகையும் பின் பச்சை நிறப்புகையும் கசிந்தன. சற்று நேரத்திற்கெல்லாம் அவர்களைச் சூழ்ந்த புகையின் காரநெடியை எதிர்கொள்ள இயலாமல் பெனுவாவும், துபாஷியும் இருபதடி தொலைவிற்கு விலகிச் சென்றனர். பொற்பனையானோ யுகம் யுகமாய் அப்புகையே சுவாசமாய் வாழ்பவனைப் போல் எவ்வித சலனமுமின்றி உலையின் அருகிலிருந்தான். சற்று நேரம் கழித்து இடுக்கியால் குடுவையைப் பற்றி அவன் வெளியிலெடுக்க செம்பும் லிங்கமும் முழுவதும் உருகி செந்நிறத் தீக்குழம்பாய் ஆகியிருந்தது. அதன் கால்பங்கை மற்றொரு குடுவையிலிட்டு அதன் எடைக்குப் பத்து மடங்கு வெள்ளிக் கட்டியைச் சேர்த்து அவன் மீண்டும் உலையிலிட்டான். இம்முறை அதன் காரநெடி அவ்வளவு வீரியத்தோடில்லாமல் அவர்கள் தாங்கும் பக்குவத்தில் இருந்தது. ஒருவேளை எட்டரைமாற்றுத் தங்கத்தைக் காணப்போகும் ஆர்வத்தில் அதன் நெடி அவர்களுக்கு உறைக்காமல் கூட இருந்திருக்கலாம். பெனுவாவோ துபாஷியின் முகபாவனைகள் முழுவதையும் தன் குறிப்பேட்டினில் எழுதிட இயலாமல் தன் மொழியின் போதாமையை நினைத்து மனதிற்குள் குறைபட்டுக் கொண்டான். பொற்பனையானோ தன்னுடலிலிருந்து பெருக்கெடுத்தோடும் வியர்வையைத் துடைக்க மறந்தவனாய் அவ்வுலையின் சூட்டில் வெந்திடத் துணிந்தவனைப் போல் நின்றிருந்தான்.

பொற்பனையானின் அகம் வெள்ளியும் குருமருந்தும் தோய்ந்த கலவை உருகி விட்டதை அறிந்தது. அவன் இடுக்கியால் பற்றிய தீக்குழம்புச் சட்டியைக் குளிர்விக்க தொட்டி நீரின் மேல் புறத்தில் வைத்தான். அப்போது எழுந்த ஓசையினால் பொற்பனையானின் உடல் ஏதோ அரவத்தின் சீறலைக் கேட்டதைப் போல் அதிர்ந்து அடங்கியது. குளிர்ந்திறுகும் கலவை அவர்களுக்குப் புலனாகப் புகையடங்க வேண்டியிருந்தது. தலைப் பிரவசத்தில் ஈன்றெடுத்த மகவைக் காணும் தாயின் வேட்கையோடு மூவரும் அக்கலவை புலனாகக் காத்திருந்தனர். ஆனால் பனிக்குடநீரை விழுங்கி மூச்சடைத்து அழுகுரல் எழாமல் மரணித்த சிசுவைக்

கண்டதைப் போல் அவர்கள் ஏமாற்றமடைந்தனர். அவர்கள் கண்ணுற்றது பொன் நிறத்தையல்ல; காயாம்பூக்களைப் போல் மினுங்கிய நீலநிறக்கல்லை.

பெனுவா தன் குறிப்பேட்டில் அதை மெய்ஞ்ஞானியின் கல் என எழுதி வைத்தான். பொறப்பனையானை ஆற்றுப்படுத்த பெனுவாவும், துபாஷியும் உரைத்த சொற்களுக்கு அவனிடம் எதிர்வினையேதுமில்லை. ஒருவாரம் வரை அவர்களுடன் எந்த உரையாடலுக்கும் உடன்படாத பொறப்பனையான் பின் பெனுவாவிடம் இன்னும் இரண்டு செய்முறைகளுக்குத் தேவையான குருமருந்து அவர்கள் வசமிருப்பதாகவும் மற்ற வழிகளையும் முயற்சித்துப் பார்க்கலாமெனத் தெரிவித்தான்.

இரண்டாவது ஆய்வில் துத்தநாகத்தை இலுப்பை நெய்யில் தோய்த்து, தாளகம், வீரம், கௌரி பாடாணம், துருசு ஆகிய நான்கோடும் குருமருந்தைச் சேர்த்துருக்கி பின் முதல் வழிமுறையில் செய்ததைப் போல் பத்துமடங்கு வெள்ளியில் உருக்கினர். அம்முறையும் அவர்களுக்கு நீலக்கல்லே கிடைத்தது. பெனுவா அதைத் தான் எதிர்பார்த்திருந்ததைப் போல் எந்த ஏமாற்றமும் அடையவில்லை. இருப்பினும் அவன் அம்முறை பொறப்பனையானோடு துபாஷியையும் சேர்த்துத் தேற்ற வேண்டியதாயிற்று.

இரண்டாவது செய்முறைக்கும் மூன்றாவது செய்முறைக்குமிடையே பொறப்பனையானின் போக்குகள் விநோதமாய் இருந்தன. அவன் ஒருநாள் சுவடிகளே தன்னுலகமென அவற்றில் உள்ளொடுங்கியும் மறுநாள் இவ்வுலகத்தின் எல்லா இன்பங்களையும் இச்சிக்க வந்தவனைப் போல் குடியிலும் தாசிகளிடத்தும் பேயாய் அலைந்தான். மூன்றாவது செய்முறையில் லிங்கத்தை முலைப்பால், குப்பைமேனிச்சாறு, எலுமிச்சைச் சாறு, தேன், எருமைப்பால் ஆகிய ஒவ்வொன்றிலும் தனித்தனியாய் ஒருசாமம் தீயில் சுருக்கிக் கட்டியாக்கிக் கொள்ள வேண்டும். முலைப்பாலுக்காய் ஒரு செம்படவப் பெண்ணைத் துபாஷி குடிலுக்கு அழைத்து வந்தார். அவளுடைய பருத்த முலைகளாலும், அவளுடலிலிருந்து வீசிய பால்சுறாவின் மணத்தாலும் கிளர்ச்சியுற்ற பொறப்பனையானோ

துபாஷியைச் சற்றும் பொருட்படுத்தாமல் அவளோடு இரு சாமங்கள் அக்குடிலுக்குள் கூடிக் கிடந்தான்.

மூன்றாவது செய்முறையும் தோல்வியடைந்த பிறகு பொற்பனையான் தான் வாசிக்கும் சுவடிகளை யார் பார்வையிடவும் அனுமதிக்கவில்லை. பெனுவாவோ அந்நிறையில் வெள்ளியை விட எடை மிகுந்ததாயிருந்த அம்மூன்று கற்களும் எந்த உலோகமாய் இருக்குமென அறிந்திட பெருமுயற்சியெடுத்துக் கொண்டிருந்தான். மேலும் மூன்று செய்முறைகளிலும் ஒரே மாதிரியான நீலநிறக்கற்கள் கிடைத்தது அவனுக்கு வியப்பாயிருந்தது. அவனைப் பொறுத்தவரையில் வெள்ளி அதுவரை மானுட குலம் அறிந்திராத பிறிதொரு உலோகமாய் மாறியுள்ளதே அவனுக்குப் பெருஞ்சாதனையாய்த் தோன்றியது.

பொற்பனையான் செல்ல வேண்டிய திசையெதுவெனத் தெரியாமல் சுவடிகளில் பயணித்துக் கொண்டிருந்தான். ஒரு நாள் மாந்த்ரீகச் சுவடிகளில் மூழ்குபவன் மறு நாள் இரசத்தின் எண்வகைத் தோடம் நீக்கும் வழிகளைப் பற்றியச் சுவடிகளில் திளைத்திருப்பான். சக்தி யந்திரங்களைச் சுண்ணக்கட்டியால் குடிலின் தரையில் வரைந்து பொற்பனையான் வெறித்திருப்பதைப் பார்த்த துபாஷி பெனுவாவிடம் அவன் போக்கைக் குறித்து எச்சரித்தார். ஒருநாள் பொற்பனையானே தன்வசமிருந்த மாந்த்ரீகச் சுவடிகள் அனைத்தையும் தீவைத்து எரித்தான். அதைக் குறித்துக் கேட்ட பெனுவாவிடம் "அச்சுவடிகள் புதையலிருக்கும் இடத்தைக் காட்டித் தருபவை பெனுவா; இனி நான் கற்பக விருட்சமெனும் பெரும்புதையலைத் தேடப் போகிறேன்" எனச் சொல்லிப் புன்னகைத்தான்.

அதன் பிறகான பொற்பனையானின் பயணத்திட்டத்தில் பெனுவாவிற்கு இடமிருக்கவில்லை. அவன் தன்வசமிருந்த தாதுக்களுடன் கடலோடிகள் மூலம் சேதுபாவா சத்திரம் புறப்படத் தயாரானான். அங்கிருந்து ஓரிரவு மாட்டு வண்டிப் பயணத்தில் அவன் ஊர் திரும்பலாம். அம்மூன்று நீலக் கற்களையும் அவன் பெனுவாவிடமே ஒப்படைத்து விட்டான். பெனுவாவும் தன் சேமிப்பிலிருந்து கணிசமான செல்வத்தை

பொற்பனையானுக்குத் தந்து மறுநாள் அவனை வழியனுப்ப வருவதாய்த் தெரிவித்திருந்தான். ஆனால் அவர்களது ஊழின் திசை வழி இன்னும் கிளை பிரிந்திருக்கவில்லை. துப்பாக்கிக் கருமருந்துப் பணிமனை அன்றிரவோடு இரவாய் எரிந்து சாம்பலானது. அதற்கு முந்தைய நாள் தான் கம்பெனி நிர்வாகத்திடமிருந்து அவனுக்குக் கடிதம் வந்திருந்தது. மறுவாரம் நிர்வாகத்தின் உயரதிகாரிகள் பணிமனையை ஆய்வு செய்யவிருப்பதாகவும் ஆகவே வெடியுப்பு, கந்தகம் மற்றும் கருமருந்துகளின் இருப்பை முறையாய் எடையிட்டு பதிவேடுகளுடன் ஒப்பிட்டு வைக்கும்படியும் தெரிவித்திருந்தனர். இந்நிலையில் ஏற்பட்ட அவ்விபத்தானது தன் மீது தான் சந்தேகத்தைக் கிளப்புமென்று பெனுவா அஞ்சினான். அவனது அச்சத்தில் நியாயமிருந்தது. ஏற்கனவே முந்நூறு பவுண்டுகள் கந்தகமும் வெடியுப்பும் எரிந்துவிட்டதென பெனுவா அறிக்கையளித்த போதே நிர்வாகம் அவன் மீது நடவடிக்கையெடுக்கத் தயாராயிருந்ததாகவும் ஆனால் அவனைச் சிறையிலிட்டால் கருமருந்து உற்பத்தியில் மேலும் சுணக்கம் ஏற்படுமெனக் கருதியதால் அவன் தப்பித்தான் எனவும் துபாஷி தன் நட்பு வட்டத்தின் மூலம் அறிந்து அவனிடம் தெரிவித்திருந்தார். ஆகவே மறுநாள் பகல் முழுதும் பெனுவா பனங்காட்டிற்குள் மறைந்திருந்தான். ஏனோ அன்றவனுக்கு முதன் முறையாய் தன்னுடைய வாழ்நாளில் இனி ஒருபோதும் தன் நாட்டிற்குத் திரும்ப இயலாதெனத் தோன்றியது. அன்று மாலை அவன் பொற்பனையானோடு புறப்பட்டான். அவன் வீராம்பட்டினத்தில் உருவாக்கிய துப்பாக்கிக் கருமருந்துப் பணிமனையும் வரலாற்றில் தடயமின்றி மறைந்து போனது.

அன்றிரவு முழுதும் பெனுவாவின் மனமும் அலைகளைப் போல் ததும்பிக் கொண்டிருந்தது. முடிவற்ற வானின் கீழே எல்லை காண முடியா அப்பெருங்கடலில் தான் எவ்வளவு சிறியவன் என்று அவன் உணர்ந்தான். தேவனின் இராஜ்யம் அண்மையில் தான் உள்ளதென அவனது உதடுகள் முணுமுணுத்துக் கொண்டிருந்தன. கடலோடிகளின் பாடல்களில் பொருளுரண முடியவில்லெயென்றாலும் அவற்றில் இழையோடியிருந்த சாகச வாழ்வின் நிச்சயமின்மையை உள்ளுணர்வால் அவன் அறிந்திருந்தான். நிலத்தில் இருப்பவர்களைப் போல் அவர்கள்

மெர்சே எனும் சொல்லை அடிபணிதலோடில்லாமல் அன்பாய் அவனிடம் உச்சரித்தனர். அதில் தன்னை நம்பி வந்தவரைக் காக்க வேண்டிய பொறுப்புமிருந்தது.

நள்ளிரவிற்குப் பிறகு கடல் காற்றின் திசை மாறத் தொடங்கியிருந்தது. கடலோடிகள் அதற்குத் தோதாய் படகுகளைச் செலுத்திக் கொண்டிருந்தனர். விண்மீன்திரள்களை வெறித்திருந்த பொற்பனையானிடம்பெனுவா அவனது ஊரைக் குறித்துக் கேட்கத் தொடங்கினான். அதற்கு வெறும் ஒற்றை வரியில் மட்டுமே பொற்பனையான் பதிலளித்துக் கொண்டிருந்தான். பெனுவாவின் தொடர்ச்சியான கேள்விகளால் பொற்பனையான் தான் வாசித்தறிந்த ஆதிமுனியின் கதைப்பாடலை அவனறியாமலே சொல்லத் தொடங்கியிருந்தான். முதலில் திசையறியா வேடுவச்சியின் கதையைப் பொற்பனையான் சொல்லி முடித்ததும் பெனுவா "அந்தப் பொற்பனம்பழம் வேடனின் கையிலிருந்து செட்டியிடம் சென்றதும் சாத்தானின் ஆதிக்கனியாய் உருமாறி விட்டது" எனச் சொன்னான். பின் ஆதிமுனியின் கதையில் வியப்புற்றிருந்தவன் பொற்பனையான் தன் பெயரின் கொடிமரபைப் புன்னகையுடன் சொல்லி முடித்ததும் மன்னன் என்ன ஆனான் எனத் தன் ஐயத்தைக் கேட்டான். புன்னகையின் தடங்கள் சட்டென மறைந்து பொற்பனையானின் முகம் இறுக்கமடைந்தது. சில வினாடிகள் மௌனத்திற்குப் பின் அரசன் எண்வகைத் தோடங்களும் முறியாத இரசமணியை உண்டு விட்டதாகச் சொன்னான். "தோடங்கள் முறியாத இரசமணி என்ன செய்யும்?" என்ற பெனுவாவின் அடுத்த கேள்விக்கு அவனுடைய விழிகளுக்குள் ஊடுருவும் விதமாய் நோக்கி

> **"தலையைக் கிழிக்கும்ஆடை அவிழ்த்தெறியும்**
> **கல்லைத் தேடி யெடுத்தெறியும்**
> **மலையிற் குதிக்கும் புனல்மூழ்கும்**
> **மருள்சேர் பித்தந்தனைக் கொடுக்கும்**
> **உலையின் அனல்போல் உடல்வெதுப்பும்**
> **ஓயா உழலை வியர்வாக்கும்**
> **பலகா லமுமே வாய்பிதற்றும்**
> **பாத ரசதோ டமுமிஃதே"**

என்ற பெனுவாவால் பொருளுணர முடியாப் பாடலை ஒப்புவித்தான். பெனுவாவோ அப்பாடலின் பொருள் அறியும் மனநிலையில் இல்லை. ஏனெனில் அப்பாடலாய் ஒலித்தது பொற்பனையானின் குரலல்ல.

ஒலியெழா மணி
(அ) நித்தியத்தின் பேரொளி

ஆடுமேய்க்கும் சிறுவர்கள் கானகத்தை வெறும் கண்களால் மட்டும் அறிந்திருக்கவில்லை. நாளும் அவர்களோடு அலைந்த பெனுவா அப்புதர் வனத்தின் ஒரு பகுதியாய் தன்னை உணரத் தொடங்கினான். ஒவ்வொரு பருவத்திலும் அவர்களுக்குத் தர காட்டின் புதர்கள் கனிகளைச் சுமந்திருந்தன. பொற்பனையான் மாதத்திற்கொரு முறை ஆதிமுனிக்குப் பூசைகள் செய்தான். அவன் எதற்காக ஒரு பரங்கியனைத் தன்னோடு அழைத்து வந்துள்ளான் என அவனது உறவுகள் ஒவ்வொருவரும் தங்களது யூகங்களைப் பேசித் திரிந்தனர்.அதில் மிகப்பரவலான யூகம் ரேமன்ட் பெனுவா புதையலெடுக்க வந்துள்ள வேத மதத்து மாந்த்ரீகன். ஆகவே தங்களது பிள்ளைகள் அவனோடு காட்டிற்குள் சுற்றித் திரிவதைப் பெற்றோர்கள் விரும்பவில்லை.

அந்நீலக்கறக்கள் என்ன உலோகமாயிருக்குமென்ற கேள்வி மட்டும் பெனுவாவைப் பின்தொடர்ந்தவாறிருந்தது. பொற்பனையான் இரசத்தின் எண்வகைத் தோடம் நீக்கத் தேவையான மூலிகைகளைச் சேகரித்து வந்தான். அவற்றைக் கல்வத்தில் அரைக்கும் பணியைப் பதின் பருவத்திலிருந்த சிறுவர்கள் செய்தனர். தோடங்கள் நீங்கிய பாதரசமெனும் நீர்மத்தை இனித் திடப்பொருளாய் மாற்ற வேண்டும். அதற்கு முன்பாய் அவன் பெனுவாவைக் கானகத்திற்குள் புதையலெடுக்க முயற்சி நடந்துள்ள இடங்களுக்கெல்லாம் அழைத்துச் சென்றான். அவ்விடங்களிலிருந்து விலங்கு மாரணச் சக்கரம் தீட்டப்பட்டிருந்த அத்திப் பலகைகளைச் சேகரித்து வந்து அவர்கள் தீயிட்டுக் கொழுத்தினர். “இதுவரை யாரேனும் புதையலெடுத்துள்ளார்களா?” எனப் பெனுவா பொற்பனையானிடம் கேட்டதற்கு “அவர்கள் பரு உடலற்ற

காவல் மிருகத்தை மீண்டும் கொல்ல முயற்சிக்கின்றனர்" என்றான்.

இரசத்தைக் கட்ட ஒவ்வொரு செய்முறையிலும் பொற்பனையானுக்குப் பெனுவாவின் உதவிகள் தேவைப்பட்டன. பொற்பனையான் இரசமணியை வீராம்பட்டினத்தில் செய்திருக்கலாமே எதற்காக இக்காட்டிற்குள் வந்து அதைச் செய்ய விரும்பினானென்ற கேள்வி பெனுவாவிடம் துருத்திக் கொண்டிருந்தது. ஒருமுறை இரவு உணவிற்கு வேட்டையாடிய உடும்போடு அவர்கள் குடிலுக்குத் திரும்புகையில் பொற்பனையானிடம் அக்கேள்வியைக் கேட்டான். அதற்குப் பொற்பனையானோ அதுநாள்வரை எதற்கும் உதவாத செடிகளாய் பெனுவா கருதியிருந்த விராலிச் செடிகளைக் கைகாட்டினான். அக்காட்டிற்குள் விராலிப் புதர்கள் சூழ்ந்திராத ஒரு குழி நிலத்தைக் கூட எவராலும் கண்டறிய முடியாது. விராலியின் இலைச்சாறே இரசத்தைக் கட்டும் பெருமருந்து. ஆனால் அவற்றின் இலைகளோ பச்சை நிறச் சருகுகள் போன்றவை. அதைக் கைகளால் கசக்கிய பெனுவாவோ சற்றும் ஈரப்பதமற்றிருந்த அந்த இலைகளில் சாறு எடுக்க முயற்சிப்பதற்குப் பதில் காளைக் கொம்பில் பால் கறக்கலாமென அவனை ஏளனம் செய்தான்.

மறுநாள் சிறுவர்கள் ஆய்ந்து கொடுத்த விராலி இலைகள் குடில் முழுதும் காற்றில் சலசலத்துக் கொண்டிருந்தன. அவர்கள் கிளம்பிய பிறகு அவற்றை உரலிலிட்டு இடிக்கத் தயாரான பெனுவாவை பொற்பனையான் தடுத்தான். ஒரு வெண்ணிற பருத்தித் துணியை விரித்து ஏற்கனவே அவன் தயாரித்து வைத்திருந்த துருசுச் சுண்ணத்தை அதிலிட்டான். பின் இரண்டு படியளவு விராலி இலைகளை அதோடு சேர்த்துத் துணியின் ஒரு முனையைப் பெனுவாவைப் பிடித்துக் கொள்ளச் சொல்லி மறுமுனையை அவன் பற்றினான். பின் துணி திருகுமாறு இருவரும் முனைகளை அவர்களுக்கு வலப்புறமாய் முறுக்கினர். சற்று நேரத்திற்கெல்லாம் துருசுச் சுண்ணத்தில் தோய்ந்த விராலி இலைகள் தன் பச்சையத்தைக் கீழிருந்த மண் பானையில் சொட்டிக் கொண்டிருந்தன.

பொற்பனையான் இரசமணியைச் செய்வதில் மூர்க்கமாய் இருந்தான். அவன் அதிலிருந்து பின்வாங்கும் வழிகளைப் பற்றிச்சற்றும் யோசித்திருக்கவில்லை. ஒரு மாதத்திற்குள் நீர்மப் பாதரசம் ஓர் இரும்புக் குண்டைப் போல் அவனது உள்ளங்கையில் உருண்டது. பெனுவா மானுடப் பேராசைகள் ஒரு மணி வடிவாய் அவன் உள்ளங்கையில் உருண்டதெனத் தன் குறிப்பேட்டில் எழுதிவைத்தான். மறைமதிக்கு இன்னும் மூன்று நாட்களிருந்தன. அத்தேய்பிறை நிலவோ கானகத்தின் இருளுக்குச் சற்றும் ஒளி சேர்த்திருக்கவில்லை.அவர்கள் கானகத்தின் மையத்திலிருந்த ஒரு தீம்பாலை மரத்தை நோக்கிச் சென்றனர். மூவர் சேர்ந்து கட்டியணைத்தாலும் கைகளுக்குள் அடங்காப் பெருமரமது. அந்தக் கரிய இருளில் பெனுவா ஏந்தியிருந்த தீப்பந்தத்தின் வெளிச்சம் எதுவும் பொற்பனையானுக்குத் தேவையாயிருக்கவில்லை. அவனைப் பின் தொடர்ந்த பெனுவாவோ இரண்டு முறை புதர்களுக்குள் பாதை மாறிச் சுற்றித் திரிந்தான்.

அவர்கள் வரும் முன்பே யாரோ அம்மரத்தைத் துளையிடும் சத்தம் கேட்டுக் கொண்டிருக்க சட்டெனப் பொற்பனையான் புதர்களுக்குள் ஒடுங்கி பெனுவாவின் தீப்பந்தத்தை அணைத்தான்.அவ்விருளில் அப்பாலை மரத்தைப் பார்ப்பதே அச்சமூட்டக் கூடியதாயிருந்தது. இருளை உற்று நோக்கிய பொற்பனையானோ புன்னகைத்திருக்க பெனுவாவிற்கு அவ்வோசையை எழுப்புவது யாரெனத் தெரியவில்லை. மரங்கொத்தியொன்று அப்பாலை மரத்தைத் துளையிட்டுக் கொண்டிருந்தது. பொற்பனையான் அரை நாழிகை அப்புதருக்குள் அசையாமல் இருந்து விட்டுப் பின் அம்மரங்கொத்தியை விரட்டி விட்டான். அது சற்று தூரம் பறந்து பின் மீண்டும் ஒரு பக்கக் கிளையில் வந்தமர்ந்தது. அவன் பெனுவாவின் தோள்களில் அமர்ந்து மரங்கொத்தியின் துளைக்குள் நடுவிரலை நுழைத்துப் பார்த்தான். பின் திருப்தியுற்றவனாய் இரசமணியை அதற்குள் நுழைத்துக் கருங்காலி மரத்தாலான ஆப்பைத் துளைக்கு தகுந்தாற்போல் செதுக்கி அத்துளையை மூடினான். துளையில் கச்சிதமாய் பொருந்திய ஆப்பைச் சுற்றிக் கொம்பரக்கை பூசிவிட்டுச் சென்றார்கள். அன்றிலிருந்து ஒரு மண்டலத்தில் வரவிருந்த முழுமதி நாளுக்காய் அந்த இரசமணி காத்திருந்தது.

இரண்டு நாட்களுக்கொரு முறை பெனுவா மட்டும் அம்மரத்தைப் பார்த்து விட்டு வருவான். விநோதமாய் அம்மரத்தில் எந்தப் பறவைகளும் அமரவில்லை. பதினைந்தாம் நாள் அப்பாலை மரம் மட்டும் தன்னுடைய இலைகளை முழுவதும் உதிர்த்தது. அதன் பிறகு அவனுக்கே அவ்விடத்திற்குச் செல்வது ஏனோ ஒருவிதக் கலக்கமூட்டுவதாயிருந்தது. அவன் ஆடு மேய்க்கும் சிறுவர்களை ஒருமுறை அங்கு அழைத்துச் சென்றான். அவர்கள் அம்மரத்தைப் பார்த்த மறுநொடி விழுந்தடித்து ஓடினர். அதன் பிறகு பெனுவாவைக் கண்டால் அவர்கள் முகத்தை வேறுபக்கம் திருப்பிக் கொண்டனர்.

ஒரு மண்டலம் கழிந்தது. பொற்பனையான் அன்று ஆதிமுனியின் பூசையை முடித்ததும் தன் உறவுகளோடு எல்லாம் பேசிவிட்டு வந்தான். அன்று முழுவதும் அவன் முகம் இறுகியே இருந்தது. பெனுவாவிடம் ஒரு அழகிய கையடக்க மரப்பெட்டியைத் தந்து அன்றிரவு அவனது உயிருக்கு ஏதேனும் ஆபத்து நேர்வதாயிருந்தால் அப்பெட்டியைத் திறக்குமாறு கூறினான். அவர்கள் சூரியன் மறைந்து முழுநிலவு உதிக்கும் வரை தங்கள் குடிலில் அமைதியாய் காத்திருந்தனர். கானகத்தின் இரவாடிகள் எல்லாம் விழித்துக் கொண்ட ஓசைகள் கேட்டன. முழுமதி உதித்ததும் பொற்பனையான் ஒரு சக்தி யந்திரத்தை வரைந்து அதன் நடுவே அமர்ந்து ஒரு நாழிகை தியானித்திருந்தான். பெனுவாவிற்கு துபாஷியின் எச்சரிக்கைகள் நினைவிற்கு வந்து அவனது நடவடிக்கைகள் ஒருவித கலக்கத்தை ஏற்படுத்தின.

அவர்கள் கானகத்திற்குள் நுழைய நடுநிசி வேளையாகியிருந்தது. அம்முறை பொற்பனையானே தீப்பந்தத்தை ஏந்தியிருந்தான். பாலை மரத்தை அடைவதற்குள் செம்பறாங்கற்களில் இடறி பெனுவாவின் கட்டை விரலில் குருதி கசியத் தொடங்கியது. இருப்பினும் அச்சூழல் அவ்வலியைச் சற்றும் அவனது பிரக்ஞைக்குக் கொண்டு செல்லவில்லை.

இலைகளற்ற பாலை மரம் நிலவொளியை உறிஞ்சிட எத்தனிப்பதைப் போல் கிளைகளை விரித்திருந்தது. பாலை மரத்தருகே வந்ததும் பெனுவாவிடம் அம்மரப்பெட்டியை வாங்கிக் கொண்டு அவனைக் குந்தச் செய்து பொற்பனையான்

அவன் தோள்களில் அமர்ந்தான். பிறகு பெனுவா எழுந்ததும் இரசமணியை மூடியிருந்த ஆப்பு பொற்பனையானின் கைக்கு எட்டுவதாய் இருந்தது. அவன் அம்மரப்பெட்டியைத் திறக்க அவர்களது குடியை உருவாக்கிய மணிமாறனின் குறுங்கத்தி அதிலிருந்தது. தந்தத்தாலான அதன் கைப்பிடி நிலவொளியில் இன்னும் பிரகாசமடைந்ததைப் போலிருக்க பொற்பனையான் கொம்பரக்கைச் சுரண்டி ஆப்பை நெம்பி வெளியிலெடுத்தான். பின் சிவனார் வேம்பு மூலிகையின் வேரை அத்துளைக்குள் நுழைக்க இரசமணி அதில் ஒட்டிக் கொண்டது. துளையிலிருந்து வெளியே வருவதற்குள் அவன் இரசமணியை உள்ளங்கைக்குள் பொத்தியெடுத்துக் கொண்டான். மரப்பெட்டியை மீண்டும் பெனுவாவிடம் தந்ததும் அவர்கள் கானகத்தின் தெற்கில் சென்றனர்.

கற்பக விருட்சம் இருக்குமிடமாய் நம்பப்பட்ட இடமது. ஏனாதி கழுத்தறுபட்டுக் கொல்லப்பட்ட இடமே கற்பக விருட்சம் இருக்கக் கூடிய இடமாயிருக்கலாம் என ஒற்றர்கள் மன்னனிடம் உரைத்திருந்தனர். அவ்விடத்தை அடைந்ததும் பொற்பனையான் அமைதியாய் பெனுவாவின் முகத்தைப் பார்த்திருந்தான். அந்நிலத்தின் சுட்டெரிக்கும் வெயில் அவனைப் பழுப்பு நிறமாய் மாற்றியிருந்தது. முதன் முறையாய் அவன் பெனுவாவின் உதவிகளுக்கு நன்றியுரைக்கும் விதமாய் அவனைக் கட்டியணைத்து “மெர்சே ரேமன்ட் பெனுவா நிலைமை கையை மீறிப் போனால் அப்பெட்டியைத் திறந்து பார்” என்றான்.

பொற்பனையான் உள்ளங்கையைத் திறந்ததும் நிலவொளியில் விழித்துக் கொண்ட இரசமணி ஒரு மின்மினியைப் போல் சுடர்விட்டது. பெனுவாவின் கண்களோ கீழை ஞானிகளின் பேரதிசயத்தில் திளைத்திருந்தது. பொற்பனையானின் கண்களும் உதடுகளும் யுகம் யுகமாய் உன்னிடம் திரும்ப வருவேன் எனபதாய் புன்னகைத்தவாறிருக்க பிறிதொருவராய் பாவனைகள் மேற்கொள்ளும் அவனது முகம் அம்முறை முழுதும் மன்னனின் முகமாய் உருமாறியது. அதைக் கவனித்திராத பெனுவா இரசமணிச் சுடரை மட்டுமே வெறித்திருந்தான். மன்னன் விழுங்கிய இரசமணி தொண்டைக்

குழிக்குள்ளும் சுடர்விட்டவாறு பயணித்து மறையும் வரை அவனது முகத்தை பெனுவா கவனித்திருக்கவில்லை. அவ்வசியத்திலிருந்து மீண்டவனாய் பெனுவா தெளிவுற அப்போதுதான் தன்முன் நிற்பது வேறோர் ஆள் என்பதை அறிந்து தன் நெஞ்சுக் கூடு வெடித்துச் சிதறுவதைப் போல் உணர்ந்தான். ஏதோ தன் சித்தம் கலங்கி விட்டதெனக் கருதி பொற்பனையான் பொற்பனையான் என மீண்டும் மீண்டும் தன் மழலைத் தமிழில் அவன் கூப்பாடு போடத் தொடங்கினான். பின் அங்கிருந்த ஒரு பெரிய செம்பறாங்கல்லில் சென்றமர்ந்து தான் காணப்போவது பொற்பனையானின் முகமே என அவ்வப்போது திரும்பி மன்னனின் முகத்தைப் பார்த்து ஏமாற்றமடைந்தான். அதுவரை பெனுவாவை நோக்கிப் புன்னகைத்திருந்த மன்னனின் முகம் சட்டெனத் தீவிரமடைந்தது. ஏதோ திராவகத்தை விழுங்கியவனைப் போல் அவன் அலறத் தொடங்க பெனுவாவின் விரல்கள் தான் வைத்திருந்த மரப்பெட்டியை இறுகப்பற்றியது. அம்முறை அவ்வலியிலும் தன் போதம் நழுவிட மன்னன் அனுமதிக்கவில்லை. அவ்விடத்திலேயே அவன் மனதிற்குள் ஒரு வட்டத்தை வரைந்து கொண்டு அலறியபடி அவ்வட்டத்தில் ஓடத் தொடங்கினான். அவனது ஓட்டத்தைக் கவனித்த பெனுவாவிற்குத் தலை சுற்றத் தொடங்கியது. மன்னனால் வெகு நேரம் போதத்தைத் தன் கட்டுக்குள் வைத்திருக்க முடியவில்லை. அப்போது படகில் பொற்பனையான் சொன்ன பாடல்வரிகள் பெனுவாவின் செவிகளில் துல்லியமாய் ஒலித்தன. மன்னன் தன் மயிர்ச்சுருளை பிய்த்து வீசினான். ஆடைகளைக் கிழித்து நிர்வாணமடைந்தான். அங்கிருந்த செம்பறாங்கற்களையெடுத்து வானை நோக்கி வீசினான். அதிலொன்று பெனுவாவின் தலையில் வீழ்ந்து குருதி ஊற்றாய் அவன் முகத்தில் வழியத் தொடங்கியது. அதைக் கண்ட மன்னன் தன் நீர்வேட்கை தணிய அக்குருதியை அருந்திடலாமெனப் பெனுவாவை நெருங்கினான். பெனுவாவோ அவசரமாய் அம்மரப்பெட்டியைத் திறந்து மணிமாறனின் குறுங்கத்தியைக் கையில் பற்றினான். பெனுவாவின் கட்டை விரலில் கசிந்தவாறிருந்த குருதி வீச்சத்தைப் பின் தொடர்ந்திருந்த நரிகள் விராலிப் புதர்களுக்குள்ளிருந்து நடப்பதையெல்லாம்

பார்த்துக் கொண்டு முதல் இரை மடியக் காத்திருந்தன. மன்னன் நெருங்கும் நொடியில் அவனது கழுத்தில் கத்தியைச் செருகிட பெனுவா தயாராயிருந்தான். அருகில் வர வர அவனது முகம் பொற்பனையானின் முகமாய் மாறியது. பெனுவா கத்தியைக் கீழிறக்கிய நொடியில் அவன் மீண்டும் மன்னனாய் உருமாறி பெனுவாவை நோக்கிப் பாய்ந்தான். சட்டெனச் சுதாரித்த பெனுவா விலகிக் கொண்டான். மன்னனின் துரத்தல் அவன் கால் இடறி பெனுவா அமர்ந்திருந்த செம்பறாங்கல்லில் தலை மோதிச் சிதறும் வரை நீடித்தது. அத்தருணத்திற்காய் காத்திருந்த நரிகள் விராலிப் புதர்களிலிருந்து அவன் மீது பாய்ந்தன. அவ்விடமெங்கும் வீசிய ஊனின் நெடி மேலும் மேலும் இரைக்கொல்லிகளை அவ்விடத்தை நோக்கி ஈர்த்தன. சற்று நேரம் பொற்பனையான் நரிகளுக்கு இரையாவதைப் பார்த்துக் கண்ணீர் வடித்த பெனுவா நடுங்கும் கால்களோடு அவ்விடத்தை விட்டுக் குடிலை நோக்கி நடந்தான். ஆனால் ஒவ்வோர் அடியிலும் கால்கள் பின்னத் தொடங்க அவன் சுழலும் தன் சிரசைத் தூக்கிச் செல்பவனைப் போல் நடந்து கொண்டிருந்தான். ஒரு நாழிகை நடந்திருப்பான். அவனது கண்கள் மேலும் மேலும் இருளத் தொடங்கின. மேற்கொண்டு அவனால் ஒரு அடி கூட எடுத்து வைக்க இயலாமல் அவ்விடத்திலேயே வீழ்ந்தான். அவனது குருதி வீச்சத்தைப் பின் தொடர்ந்திருந்த பசியடங்கா நரிகளின் உறுமல் அவனுக்கு மிக அருகில் கேட்டன. அவன் மெதுவாய் எழுந்தமர்ந்தான். அவனைச் சுற்றி வெளியெங்கும் இணைச் சுடர்கள் அலைபாய்ந்தன. அவற்றின் லயத்தில் மயங்கியவனாய் பெனுவா அதன் முன் மண்டியிட்டான். அவனது ஊனில் நரியின் பற்தடங்கள் பதியவிருந்த கணத்தில் ஒரு வலிமையான கரமொன்று அவனைப் பற்றிப் பின்னால் இழுத்தது. அவன் குருதியூறி வீங்கிய இமைகளைத் திறந்து பார்த்தான். பனிப்புகையாய் தெரிந்த அவன் பார்வைப் புலனில் வீராம்பட்டினத்தில் அவன் கண்டதைப் போல் ஒரு கோமணதாரியின் உருவம் தெரிந்தது. அதன் மறுகையிலிருந்த குறுந்தடி காற்றில் சுழல நரிகள் அவ்விடத்தை விட்டுத் தெறித்தோடின. பெனுவா மீண்டும் மயங்கி விழுந்தான். இருப்பினும் அவனுக்கு அவனை நெருங்கிய குதிரையின் குளம்போசை கேட்டது. யாரோ அவனைத் தூக்கிக் குதிரையின்

மீது அமரவைத்தனர். அவன் தலை நிலைகொள்ளாமல் குதிரையின் பிடரியில் சரிந்தது.

கண்விழித்த பெனுவா குடிலுக்குள் இருந்தான். பனையோலைக் குடிலுக்குள் சூரியனின் ஒளிக்குழல்கள் உச்சியிலிருந்து இறங்கியதைப் பார்த்ததும் அதை நண்பகலென உணர்ந்தவனுக்கு இரவு நிகழ்ந்தவை கனவுகளோ என ஐயம் தோன்றியது. தனது தலையைத் தடவிப் பார்த்தவனுக்கு அதில் காயமுற்ற தடமே தெரியவில்லை. குழப்பத்துடன் குடிலை விட்டு வெளியே வந்தவனின் நினைவுகளில் ஆடை முழுதுமிருந்த குருதிக் கறையும் அதன் வீச்சமும் இரவு நிகழ்ந்தவற்றைத் துலக்கமாய் காட்டின. அவன் இரவில் பனியுருவாய்க் கண்ட கோமணதாரி யாரென உணர்ந்ததும் அவனுடல் சிலிர்த்தடங்கியது. குதிரையின் பிடரி மயிர் கூச்சத்தை மீண்டும் தன் முகத்தில் துல்லியமாய் உணர்ந்தான்.

பொற்பனையானை நினைத்து மீண்டும் அவனது விழிகள் கசியத் தொடங்கின. அவன் தந்த மரப்பெட்டியைக் கையில் வைத்திருந்தவன் யதேச்சையாய் அதைத் திறந்து பார்த்தான். அதற்குள் தந்தத்தின் குளிர்ச்சியைக் கையில் உணரச் செய்த அந்த குறுங்கத்தி இருக்கவில்லை. அதற்குப் பதில் ஒரு சிறிய பீங்கான் குடுவையும் ஒரு செப்புத் தகடுமிருந்தது. அச்செப்புத் தகட்டில் ஒரு வட்டமும் அதற்குள் ஒரு முக்கோணமும் அம்முக்கோணத்திற்குள் மீண்டுமொரு வட்டமும் அவ்வட்டத்திற்குள் ஓங்கார எழுத்தும் வரையப்பட்டிருந்தன. பெனுவா குடிலின் தரையில் சுண்ணக் கட்டியால் அதை வரைந்தான். எதற்காக அதை வரைந்தான் என வெகுநேரம் அவனுக்குப் பிடி கிடைக்கவில்லை. பின் சட்டென அவனது மனதில் மின்னலைப் போல் ஓர் எண்ணம் வந்து போனது. அவன் வேகமாய் அந்த நீலக் கற்களைத் தேடியெடுத்து அம்முக்கோணத்தின் மூன்று முனைகளிலும் வைத்தான். பின் அப்பீங்கான் குடுவையிலிருந்த செயநீரை அம்மூன்றின் மீதும் ஊற்றினான்.

அவன் எதிர்பார்த்ததைப் போல் எதுவும் நிகழவில்லை. நீலக்கற்களை சற்று நேரம் வெறித்திருந்தவன் குடிலுக்கு வெளியே சென்று மாமர நிழலில் அமர்ந்தான். எவ்வளவு நேரம்

அப்படி அமர்ந்திருந்தான் என அவனுக்கேத் தெரியவில்லை. அவனது மனம் அக்கானகத்திலிருந்து வெளியேறும் வழிகளைப் பற்றி யோசித்திருந்த வேளையில் சட்டென அவனைக் கடந்த மரங்கொத்தியொன்று குடிலின் மேலாய் பறந்து மறைந்தது. அப்போது குடிலுக்குள் தீப்பந்தத்தைக் கொழுத்தியது போல் வெளிச்சமிருப்பதைக் கண்டவன் வேகமாய் உள்ளே சென்றான். அங்கு அவன் கண்ட காட்சி அவனது இதயத் துடிப்பை ஒரு நொடி நிறுத்தியதைப் போல் அவனை உணரச் செய்தது. மூன்று நீல நிறக்கற்களும் சொர்ணமாய் உருமாறி பொன்னிற ஒளியை உமிழ்ந்தவாறிருந்தன. பின் அவை மூன்றும் மெல்ல நகர்ந்து மையத்திலிருந்த ஓங்கார எழுத்தை வந்தடைந்தன. அப்போது அந்த மூன்று தங்கக்கட்டிகளும் ஒன்றாய் இணைந்து பேரொளியாய் உருமாறின. பெனுவா முந்தைய நாள் பொற்பனையான் அமர்ந்திருந்ததைப் போல் பத்மாசன நிலையில் அமர்ந்து அவ்வொளியை மட்டும் தியானித்திருந்தான். அவனது ஆன்மா மெல்ல அவனுடலிலிருந்து நழுவியதைப் போல் அவ்வொளிக்குள் ஊடுருவியது. அங்கு அவன் மாணிக்க நிறத்திலொரு நாலிதழ்க்கமலத்தைக் கண்டான். அவ்வெளியெங்கும் ஓங்காரத்தின் நாதம் சூழ்ந்திருந்தது. பின் கமலம் ஆறிதழ்களையும் செம்பொன்னிறத்தையும் அடைந்தது. ஆறிதழ்களோடு மேலும் நான்கிதழ்கள் கூடி கமலம் படிக நிறமடைய அவனது உந்திச் சுழிக்குள் ஏதோ சுழல்வதைப் போல் உணர்ந்தான். அதையடுத்துக் கமலம் பன்னிரண்டிதழ்கள், பதினாறிதழ்கள் எனக் கூடிச் சென்றன. நிறமும் தழலின் நிறத்தையடைந்து பின் மேகநிறத்தை அடைந்தன. அப்போது அவன் உறைபனி ஏரிக்குள் ஆடைகளற்று நின்றதைப் போல் கடுங்குளிரை உணர்ந்தான். இறுதியாய் படிக நிறத்தையடைந்த மூவிதழ் கமலத்தில் தானுமொரு மகரந்தத் தாதுவானான். இம்முறை அவனது பிரக்ஞை இப்பேரண்டத்தின் பேரொளியைத் தரிசித்தது. அவனது ஆன்மா அதை நோக்கி ஒளியின் வேகத்தில் பாய்ந்தது. அவன் வாயுக் கோளங்களையும் விண்மீன் திரள்களையும் பால்வீதிச் சுருள்களையும் கடந்து பயணித்தான். அவனது கண்களிலிருந்து கண்ணீர் வழிய அவனது உதடுகள் ‘‘தேவனின் இராஜ்யம் தேவனின் இராஜ்யம்’’ என்ற வார்த்தைகளை ஓயாது உச்சரித்துக் கொண்டிருந்தன.

முகமூடி வீரர் மாயாவி தோன்றும் இன்ப வேட்கை

இந்தக் கதை சுப்பையயாவைப் பற்றியது தான். ஆனால் சுப்பையயாவின் கதையை மனோகரனிடமிருந்தே ஆரம்பிக்க வேண்டும். சச்சினின் ஆட்ட வசீகரத்தால் கிரிக்கெட் பேட்டோடு அலைந்த தலைமுறையைச் சேர்ந்தவர்கள் நாங்கள். மனோகரனோ ஒருமுறை கூட பேட்டைத் தொட்டதிராதவன். ஆனால் நாள் முழுதும் நாங்கள் விளையாடும் மைதானத்தில் தான் அவனும் இருப்பான். கையில் ஏதேனுமொரு புத்தகத்தோடு. புளியமரங்களால் சூழப்பட்ட அம்மைதானத்தின் நிழல் அவனுக்கு படிப்பறையைப் போல. ஒருமுறை ஆள்பற்றாக்குறையால் எங்கள் அணிக்கு விளையாட வருமாறு அழைத்ததற்கு முடியாது எனப் பதிலளித்து விட்டுப் புத்தகம் படித்துக் கொண்டிருந்தான். அவனை முதல் ஆட்டக்காரனாய் மட்டையாடக் களமிறக்குவதாய் நான் ஆசை வார்த்தைகள் கூறியதற்கு என் முகத்தை எரிச்சலோடு நோக்கினான். அப்பார்வை என்னை அவமதிப்பதாய்த் தோன்ற வாய்ப்புக் கிடைக்கும் போதெல்லாம் அவனை ஏளனம் செய்ய நான் தவறியது இல்லை.

அது எங்கள் மேல்நிலைப் பள்ளிக் காலம். நாங்கள் கிரிக்கெட்டைத் தவிர வேறு எதையும் பெரிதாய் பொருட்படுத்தியதில்லை. ஆகவே காலை மாலை பள்ளி உணவு இடைவேளை விடுமுறை நாட்கள் என வாய்ப்புக் கிடைக்கும் போதெல்லாம் மழையோ வெயிலோ விளையாட்டுத் திடலிலேயே பலியாய் கிடப்போம். அன்று எங்களிடமிருந்த இரண்டு பந்துகளையும் வைரவன் தனது சிக்ஸர்களால் தொலைத்துவிட்டான். கைவசமிருந்த சில்லறைகளைத் தேற்றியும் பந்துக்கான பணம் பற்றாக்குறையாய் இருக்க நாங்கள் கேட்காமலேயே அதைக் கவனித்துக் கொண்டிருந்த மனோகரன் இரண்டு ரூபாய் தந்தான். அந்நிகழ்வுக்குப்

பிறகு நான் அவனைக் கேலி செய்வதை நிறுத்தியிருந்தேன். விரைவிலேயே அவன் எனது நெருங்கிய தோழன் ஆனான்.

ஒரு சனிக்கிழமை காலை டியூசன் செல்ல மனமில்லாமல் வேறு ஏதேனும் அணியுடன் இணைந்து விளையாடலாம் என மைதானத்திற்கு சைக்கிளை ஓட்டிச் சென்றேன். ஆனால் ஆளரவமற்று மைதானம் வெறிச்சோடிக் கிடந்தது. யாரேனும் வருவார்கள் எனக் காத்திருந்த நான் புளியம்பூக்களை மொய்க்கும் கட்டெறும்புகளைக் கவனித்தவாறிருந்த மனோகரனைக் கண்டேன். யதேச்சையாய் தலையை நிமிர்த்தியவன் என்னைக் கண்டதும் புன்னகைத்தான். கையில் விரித்திருந்த புத்தகத்தை மூடியவன் "எனக்குக் கிரிக்கெட் விளையாடத் தெரியாது கண்ணா" என மன்னிப்புக் கோருபவனைப் போல் சொன்னான்.

"கொஞ்ச நாள் எங்க கூட விளையாடு பேட்டிங் வந்துரும்" என்றேன்.

"இல்ல எனக்குக் கிரிக்கெட்டப் பத்தி ஒண்ணும் தெரியாது. நான் இதுவரைக்கும் ஒரு தடவை கூட வெளையாண்டது இல்ல."

"அப்படியா ஆனா நீ டிவியில கிரிக்கெட் பாப்ப தானே?"

"இல்ல"

அவனின் அப்பதிலால் வியப்புற்று என் சைக்கிள் கேரியரில் இருந்த கணக்கு நோட்டின் அட்டைப் படத்தை அவனிடம் காட்டி அது யாரென்று வினவினேன். அவன் வெகு சாதாரணமாய் தனக்குத் தெரியாதெனத் தலையசைத்தான். நான் அடைந்த அதிர்ச்சியை எழுத்தில் சொல்லி விட முடியாது. அது மீசை லேசாக அரும்பியிருக்கும் சவுரவ் கங்குலியின் புகைப்படம். எனது நாயகன். சச்சின் ஆட்டமிழந்தால் வெற்றி வாய்ப்பு முடிந்து விட்டதெனத் தொலைக்காட்சியை விட்டு எழுந்து சென்றவர்களைத் தொடர்ந்து ஆட்டத்தைக் காண வைத்தவன். நான் பதற்றமடைந்து சச்சினைத் தெரியுமா எனக் கேட்டதற்கு டெண்டுல்கரைக் கேள்விப்பட்டுள்ளதாய் சொன்னான். நான் சற்று ஆசுவாசமடைந்தேன். இருப்பினும் அத்தகவல் வைரவனுக்குத் தெரியாமல் பார்த்துக் கொள்ள வேண்டும். ஏனெனில் அவன் கங்குலியின் எதிரி. தனது உயிரை சச்சின்

டெண்டுல்கருக்காய் உயில் எழுதி வைத்தவர்களுள் ஒருவன். எனது உயிரோ கங்குலிக்கு உரித்தானது.

அன்று அவன் கையில் வைத்திருந்த புத்தகம் என்னவென்றுக் கேட்டதற்கு பதில் எதுவும் கூறாமல் அப்புத்தகத்தை என்னிடம் நீட்டினான். நான் அதுநாள்வரை பாட நூலைத் தவிர எந்தக் கதைப் புத்தகத்தையும் கையில் தொட்டதில்லை. இருப்பினும் அண்மை நாட்களாய் யாரும் அறியாமல் வாரமலரில் அன்புடன் அந்தரங்கம் வாசிக்கத் தொடங்கியிருந்தேன். (அது சலூனில் யதேச்சையாய் கண்ணில் பட்டது பின்பு பழக்கமாகிவிட்டது).

அவன் என்னிடம் தந்த புத்தகம் இரும்புக்கை மாயாவி. கருப்பு வெள்ளை ஓவியங்களோடு சாணித்தாளில் அச்சிடப்பட்ட அக்கதைப் புத்தகத்தை காமிக்ஸ் என்று சொன்னான். நான் அந்நூலைப் புரட்டிவிட்டு உடன் திருப்பியளித்தால் அவனை அவமதிப்பதாய் இருக்குமோ என யோசித்துக் கொண்டிருந்தேன். என்னை அப்புத்தகம் சற்றும் ஈர்க்கவில்லை. நான் கேட்காமலேயே அவன் இரும்புக்கை மாயாவியின் கதையைச் சொல்லத் தொடங்கினான். விஞ்ஞானி பாரிங்கரின் உதவியாளர் கிராண்டேலுக்கு ஒரு கை இல்லையாம். அதில் இரும்புக்கை பொருத்தியிருக்குமாம். ஒருமுறை அதிபயங்கரமான ஷாக் அடித்ததில் அவர் மாயமாகிவிட்டராம். இரும்புக்கை மட்டும் மறையவில்லையாம். பிறகு மீண்டும் உடல் கண்ணுக்குப் புலப்பட்டதாம். அதன் பிறகு ஒவ்வொரு முறை ஷாக் அடிக்கும் போதும் அவர் மறைந்து மீண்டும் உருப்பெறுவாராம். அப்படியே அவர் பிரிட்டிஷ் உளவாளியாய் வேலை செய்தாராம். நான் அக்கதையில் பெரிதும் ஈர்க்கப்பட்டவனாய் முகத்தை வைத்துக் கொண்டேன்.

அந்நாட்களில் கேபிள் டிவியில் ஒளிபரப்பப்படும் படங்களில் என்னைப் பெரிதும் ஈர்ப்பது ஜாக்கிசானின் திரைப்படங்களே. அப்படங்களைப் பார்த்து விட்டு காம்பவுண்ட் சுவரிலிருந்து தென்னை மரத்திற்குத் தாவுவது. எங்கள் வீட்டு மொட்டை மாடியிலிருந்து ஜன்னலின் சன்சேடில் கால்வைத்து அடுத்த வீட்டு மொட்டை மாடிக்குத் தாவுவது போன்ற சாகசங்களில் ஈடுபட்டு நானும் ஜாக்கிசானாய் உருமாறியிருப்பேன். ஆனால் ஜேம்ஸ்பாண்ட் போன்ற உளவாளிகள் செய்யும் சாகசங்கள்

எனக்குப் போதுமானதாய் இல்லை. இருப்பினும் பெண்களை வசீகரிக்கும் அவர்களின் திறமை ஜாக்கிசானுக்கு இல்லை என்பதை ஒத்துக் கொள்ளத்தான் வேண்டும்.

அவனுக்கும் ஜாக்கிசானைப் பிடித்திருந்தது. அந்த விசயத்தால் எங்களுக்குள் ஒரு இணக்கம் உருவாகியது. தனக்கு ஜாக்கிசானின் 'ஹூமை' படம் மிகவும் பிடிக்குமென்றான். சற்று நேரம் கழித்துதான் அவன் 'ஹூ ஆம் ஐ' திரைப்படத்தைச் சொல்கிறான் எனப் புரிந்தது. நாங்கள் பேச ஆரம்பித்து வெகு நேரமாகியிருந்தது. அன்று எந்த அணியும் விளையாட வரவில்லை. நான் மனோகரிடம் விடைபெற முயற்சித்தேன். அவனோ தன்னைப் புத்தகக் கடைக்கு அழைத்துச் செல்லுமாறு கேட்டுக் கொண்டான். என்னால் அவன் கோரிக்கையைத் தட்ட முடியவில்லை. என் மிதிவண்டியில் அவனை ஏற்றிக் கொண்டு பழைய பேருந்து நிலையத்திற்கு அருகிலிருக்கும் சுப்பையாவின் புத்தகக் கடைக்கு அழுத்திச் சென்றேன். எத்தனையோ முறை அக்கடையைக் கடந்து சென்றிருந்தாலும் அதன் உரிமையாளரான சுப்பையாவை முதலில் பார்த்தது அன்றுதான். சட்டை போடாமல் தொந்தி சரிய கைலி அணிந்தவாறு மாநிறத்தில் சற்று கருமை தூக்கலான ஆளாய் இருந்தார். மீசையற்ற வாயில் கருத்த உதடுகள் சதா பீடி புகைப்பதை உணர்த்தியது. இடது கடை விழியின் ஓரத்தில் சின்னதாய் ஒரு மரு. அந்த ஆளின் பார்வை ஒரே நேரத்தில் என்னை விரோதியாய் பார்ப்பதைப் போன்றும் ஒளிஞ்சு பிடிச்சு விளையாட்டில் ஐஸ் வைக்கப் பதுங்கி வருபவனைப் போலும் இருந்தது.

சாலையை ஒட்டிய வாரியின் மீது அடுக்கப்பட்ட பட்டியக் கற்கள் மேல் தகரக்கொட்டகை போடப்பட்ட கடை அது. அவ்வரிசையில் அதுபோல் ஏழெட்டுக் கடைகள் இருந்தன. அனைத்திற்கும் பின்சுவராய் ஆஃபிசர்ஸ் கிளப்பின் மதில் சுவரிருந்தது. பெரும்பாலும் மெக்கானிக் ஷாப்கள், வாட்ச் ரிப்பேர் செய்யும் கடைகள். சுப்பையாவுடையது மட்டும் புத்தகக் கடை. வாரியின் மேல் உள்ள கொட்டகை உள்ளறை போன்றிருந்தது. பெரும்பாலும் கடை சாலையோரத்தை ஆக்கிரமித்திருந்தது. அதன் மேல் மேசையில் வரிசையாய்

அடுக்கப்பட்ட நூல்கள். பெரும்பாலும் காமிக்ஸ், ராஜேஷ் குமார், ரமணிச் சந்திரன் போன்றவையே. அதிசயமாய் எதையெடுத்தாலும் பத்து ரூபாய் தான். மனோகரோ தன்னிடமிருந்த இரும்புக் கை மாயாவியைத் தந்து விட்டு வேறு புத்தகத்தைத் தேடத் தொடங்கினான். சுப்பையா அந்தப் புத்தகம் நல்ல நிலையில் உள்ளதா என ஒருமுறை ஆராய்ந்து பார்த்தார். அப்புத்தகத்தை அவர் ஐந்து ரூபாய்க்குப் பெற்றுக் கொள்வார். ஆகவே அடுத்து வாங்கவிருக்கும் நூலுக்கு மனோகரன் ஐந்து ரூபாய் தந்தால் போதும். நானும் மனோகரின் அருகே சென்று புத்தகங்களைப் பார்வையிடத் தொடங்கினேன். அப்போது அவன் என்னிடம் அந்த ஆளிடம் சற்று ஜாக்கிரதையாய் இருக்குமாறு சொன்னான். எதற்குச் சொல்கிறான் என அப்போது விளங்கவில்லை.

நான் முதலில் அங்கு குவிந்திருந்த காமிக்ஸ் நூல்களைப் பார்த்து மலைத்து நின்றேன். மனோகர் அடங்காப் பசியுடையவனைப் போல் அவற்றைப் புரட்டிக் கொண்டிருந்தான். அங்கே இரும்புக் கை மாயாவியைப் போல் வேறு பல மாயாவிகள் இருந்தனர். அதிகமாய் என் கண்ணில் பட்டது முகமூடி வீரர் மாயாவி தோன்றிய பல சித்திரப் புத்தகங்கள். அதன் பிறகு பேட்மேன், ஸ்பைடர்மேன், நீதிக்காவலன் ஸ்பைடர், ரோபோ ஆர்ச்சி, மேற்கு உலகின் சாகசக்காரர்கள், பெண் சி.ஐ.டி மாடஸ்தி தோன்றும் மர்மக் கோட்டை, வாண்டுமாமா, இந்திரஜால் காமிக்ஸ் மேலும் மேலும் பல திகிலூட்டும் கொலைகாரர்கள், உளவாளிகள், சாகசக்காரர்கள் அனைவரும் அந்த விசாலாமான மேஜைகளில் தங்கள் கதைகளைச் சொல்லத் தயாராயிருந்தனர்.

தொடர் வாகன நெரிசலான அச்சாலையின் ஓரத்தில் முற்றிலும் வேறொரு உலகமாய் அக்கடை காட்சியளித்தது. சற்று நேரத்தில் வாகன இரைச்சலும் என் செவிகளுக்குப் பழகிவிட்டது. காமிக்ஸ் நூல்களுக்கு அடுத்த மேஜையில் அடுக்கப்பட்டிருந்த புத்தகங்களை நோக்கிச் சென்றேன். அவற்றின் தலைப்புகளே எனக்கு விநோதமாய் தோன்றின. யாரிடமும் சொல்லாதே, கனவுக்குயில், ஆசை மாமி, இந்திர லீலை எனத் தலைப்பிடப்பட்ட புத்தகங்களின் அட்டைப் படங்களில் பெண்கள் தங்கள் மாராப்பைச் சரியவிட்டவாறு

சற்று கோணலாய் அமர்ந்திருந்தனர். நான் 'மன்மத வேட்கை' எனத் தலைப்பிடப்பட்ட புத்தகத்தைக் கையில் எடுத்துப் பக்கங்களைப் புரட்டினேன். அதுவரை நான் அறிந்திராத ஒரு மர்ம உலகின் வாசல் அந்த நொடியில் திறந்து கொண்டது. அப்போது நான் உணர்ந்த என் இதயத் துடிப்பின் வேகமும் பார்வையின் துல்லியமும் செவிகளின் கூர்மையும் அதுவரை நான் உணர்ந்திராதது. கருப்பு வெள்ளைப் புகைப்படத்தில் ஒரு நடிகை தன் திறந்த மார்பகங்களைக் காட்டிக் கொண்டிருந்தாள். கண்களில் சுண்டியிழுக்கும் கிறக்கம். அவள் பெயர் எனக்குத் தெரியவில்லை. ஆனால் 'ஆத்தாடி பாவாடை காத்தாட' பாடலில் பாவாடையைக் கட்டிக் கொண்டு குளிப்பவள். அநேகமாய் காற்றின் வேகத்தில் பாவாடை பறந்திருக்கக் கூடும். யாரோ அவளறியாமல் புகைப்படம் எடுத்துவிட்டனர் என எனக்குள் சமாதானம் சொல்லிக் கொண்டேன். ஆனால் அவளது விழிகள் அதைப் பொய்யென உரைத்தன. சற்றும் நான் எதிர்பாரா நேரத்தில் ஒரு கை என் உயிர்நாடியை அழுத்திவிட்டுச் சென்றது. நான் பதறிப் புத்தகத்தைப் பறக்கவிட்டேன். சுப்பையா ஒன்றும் அறியாதவரைப் போல் அவரது இருக்கைக்குத் திரும்பினார். நான் திகைத்து மனோகரனைப் பார்த்தேன். அவன் பொங்கி வந்த சிரிப்பை அடக்கியவாறு "அதான் ஒன்னைய ஜாக்கிரதையா இருக்கச் சொன்னேன்ல" என்றான். அவனொரு காமிக்ஸை வாங்கிய பின் நாங்கள் புறப்படவிருந்த நேரத்தில் சுப்பையா மெதுவாய் என்னருகே வந்து "கலர் புத்தகம் உள்ள இருக்கு பாக்குறியா? அஞ்சு ரூவா தான்டா" என்றார். நான் மறுத்துவிட்டு சைக்கிளை நோக்கிச் சென்ற நொடியில் "காசு இல்லன்னாலும் பரவாயில்லடா அடுத்த வாட்டி குடுத்துக்கலாம்" என்றார்.

மைதானத்தை அடையும் வரை என் படபடப்பு அடங்கவில்லை. சிறுவயதில் டவுசர் அணியாத என்னைச் சுந்தரி அக்காள் "என்ன மணியக்காரரே" என அழைத்துவிட்டு மணி அடிப்பதைப் போல் செய்துவிட்டுப் போவாள். பல வருடங்கள் கழித்து அது நினைவிற்கு வந்தது. நான் மனோகரிடம் "அதென்னடா கலர் புத்தகம்?" எனக் கேட்டேன். "எதாச்சும் அம்மணக் குண்டி புத்தகமா இருக்கும்" என்றான். நீ பாத்துருக்கியா எனக் கேட்டதற்கு இல்லையெனத் தலையசைத்தான்.

அன்று மாலை சன்டிவியில் 'குளிக்குது ரோசா நாத்து... தண்ணி கொஞ்சம் ஊத்து ஊத்து...' என இளையராஜா பாடிக் கொண்டிருந்தார். நான் கொல்லைப் புறத்திலிருந்து வேகமாய் அப்பாடலைக் காண்பதற்கு வந்தேன். அப்பா அதற்குள் அலைவரிசையைப் பொதிகைக்கு மாற்றிவிட்டார். அவருக்கு அந்த நடிகையின் பெயர் தெரிந்திருக்கலாம். ஆனால் எனக்குக் கேட்பதற்குத் தைரியமில்லை.

அன்றிரவு எனக்கு விநோதமான கனவு வந்தது. அடைக்கலசாமி சார் கணக்குப் பாடம் எடுக்க வந்தார். அனைவரும் பைக்குள்ளிலிருந்து கணக்கு நோட்டை வெளியில் எடுத்தனர். ஆனால் என் பைநிறைய மாராப்பணியாத பெண்களின் புத்தகங்களாய் இருந்தன. கணக்கு நோட்டைக் காணவில்லை. அவர் கரும்பலகையில் போடும் கணக்கை மாணவர்கள் அனைவரும் தன் கணக்கு நோட்டில் எழுதுகின்றனர். நான் மட்டும் என்ன செய்வதெனத் தெரியாமல் திகைத்து அமர்ந்துள்ளேன். என்னைக் கவனித்துவிட்ட அடைக்கலசாமி சார் மெதுவாய் என்னருகே வந்தார். "எழுதாம என்னடா பண்ற?". நான் பதிலளிக்காமல் கைகட்டித் தலைகவிழ்ந்து நின்றேன். "பைய வெளிய எடு". அதற்கும் நான் எதிர்வினையாற்றவில்லை. அவர் அருகில் அமர்ந்திருந்த வேல்பாண்டியிடம் பையை எடுக்கச் சொல்லிக் கண்ணைக் காட்டினார். அவன் புத்தகப்பையைச் சிரமப்பட்டுத் தூக்கி மேசை மேல் வைத்தான். பைக்குள் கையைவிட்டு ஒரு புத்தகத்தை வெளியிலெடுத்தவர் புத்தகத்தை உயர்த்திக் காட்டி "என்னடா இது?" என்கிறார். அந்த புத்தகத்தின் அட்டைப் படத்தில் பிளவுஸ் அணியாமல் சேலை சுற்றியிருந்த ஒரு பெண் தன் திறந்த முதுகைக் காட்டியவாறு திரும்பிப் பார்த்தாள். மொத்த வகுப்பே சிரிப்பலையில் மூழ்குகிறது. வேகமாய் அவர் பிரம்பை எடுக்கச் சென்றார். ஓரத்தில் அமர்ந்திருந்த நான் சட்டென வகுப்பை விட்டு வெளியில் ஓடுகிறேன். அவர் கையில் பிரம்போடு என்னைத் துரத்தி வருகிறார். நான் மைதானத்தில் இறங்கி ஓடுகிறேன். அவர் எங்கள் பள்ளியின் ஹாக்கி கோச்சும் கூட. விடாமல் விரட்டி வருகிறார். அப்படியே நான் வேலியைத் தாண்டி ஐயனார் கோயில் குளக்கரையில் ஏறிவிட்டேன். அதிசயமாய் என்னைத் துரத்திய அடைக்கலசாமி சாரைக் காணவில்லை. குளக்கரையின்

கருவேல மரங்களில் பலவண்ணப் பாவாடைகள் காற்றில் படபடத்தன. குளத்திற்குள் ஏதோ சலசலப்புக் கேட்டது. என்னைப் பார்த்ததும் குளத்திற்குள் நீந்திய அந்நடிகை மெல்ல எழுந்து வந்தாள். நீர் சொட்டும் தன் செழுமையான மார்பகங்களை வலதுகையாலும் பிறந்தகத்தை இடதுகையாலும் மறைத்தவாறு என்னை நோக்கிப் புன்னகைத்தாள். நான் பதறிக் கண்விழித்தேன்.

அடுத்த நாள் மாலை மைதானத்தில் எல்லைக் கோட்டில் நின்ற என் கண்கள் மனோகரனைத் தேடிக் கொண்டிருந்தன. அதனால் இரண்டு கேட்சுகளைத் தவறவிட்டேன். வைரவன் என் தலைவரைப் போல் நானுமொரு ஒழுவுனி என என்னைக் கடிந்து கொண்டான். அதன் பிறகு அடுத்த சனிக்கிழமை காலையன்றே மனோகரன் கண்ணில் பட்டான். மனோகரன் எங்கள் பள்ளியல்ல. பிரகதாம்பாள் பள்ளி மாணவன். அவனுடைய அப்பா சைக்கிளில் ஐஸ் விற்பவர். மாலை நேரங்களில் மனோகரனும் ஐஸ் விற்று அதில் கிடைக்கும் லாபத் தொகையில் புத்தகங்கள் வாங்குபவன். அவனோடு அன்று புத்தகக் கடைக்குச் செல்லச் விரும்பிய நான் அதைக் கேட்பதற்குத் தயங்கியவாறு வேறு விசயங்களைப் பேசிக்கொண்டிருந்தேன். பிறகு பேச்சோடு பேச்சாய் சென்ற வாரம் வாங்கிய காமிக்ஸை மனோகரன் படித்துவிட்டதையும் வேறு வாங்கியுள்ளதையும் அறிந்து கொண்டேன். நாங்கள் ஆட்டங்களை முடித்து உணவு இடைவேளைக்கு கிளம்பவிருந்த நேரத்தில் அவன் வைத்திருந்த இரும்புக்கை மாயாவியின் பாதாள நகரம் காமிக்ஸை இரண்டுமுறை படித்து விட்டான். ஆகவே அடுத்த காமிக்ஸை வாங்குவதற்காய் பெருந்தன்மையோடு அவனை சைக்கிளில் அழைத்துச் சென்றேன்.

இம்முறை நான் வெகு கவனமாய் சுப்பையாவின் நடவடிக்கைகளின் மீது கண் வைத்திருந்தேன். காமிக்ஸின் இறுதி வரிசையில் நின்றவாறு அதிலொன்றைக் கையில் எடுத்துப் புரட்டியபடி அடுத்த மேஜையின் மீது கண்களை ஓடவிட்டேன். சல்லாபக் கிளி, காம விருந்து, இன்பத் துடிப்பு எனத் தலைப்புகள் கண்ணில் பட்டன. சுப்பையா நூல்களை ஒழுங்கு செய்தவாறே என் அருகில் வந்தார். நான் சட்டெனச்

சுதாரித்துக் கொண்டு கடையை விட்டு வெளியில் சென்றேன். இம்முறை அவர் கையில் அகப்பட்டது மனோகரன். அய்யோ என அலறி என்னிடம் ஓடி வந்தான். நான் பொங்கிய சிரிப்பை அடக்கியவாறு "இரும்புக்கை மாயாவி" என்றேன். என்னைப் பார்த்து முறைத்தவன் கையில் எடுத்த நூலுக்குக் காசு கொடுத்துவிட்டு வந்தான். நான் கொஞ்ச தூரம் சென்ற பிறகு "டேய் அந்தக் கலர் புத்தகம் என்னன்னு பார்க்கலாமா என்கிட்ட அஞ்சு ரூவா இருக்கு" என்றேன். அவன் மறுப்பேதும் சொல்லவில்லை. அது நான் சற்று எதிர்பாராதது தான் அவன் மறுக்கக்கூடுமென்றே நினைத்திருந்தேன்.

எங்கள் கோரிக்கையைக் கேட்ட சுப்பையாவின் முகத்தில் என்னவென்று சொல்ல முடியா ஒரு வெறுப்பு எஞ்சியிருந்தது. அவர் யாரேனும் ஒருவரை மட்டும் எதிர்பார்த்திருக்கிறார் எனப் பின்பு யூகித்தேன். "எவ்வளவு காசு வைச்சிருக்க" என்றார். "அஞ்சு ரூவா தானே" எனப் பதிலளித்தேன். "ஓகோ ஒரு ஆளுக்குச் சீட்டு வாங்கிட்டு மொத்த குடும்பத்தையும் கொட்டகைக்கு கூட்டிப் போவியா?" என்றார். நான் பதிலற்று நின்றிருக்க சலிப்புடன் ஐந்து ரூபாயைப் பெற்றுக் கொண்டு உள்ளே போகச் சொன்னார்.

இருட்டான உள்ளறையில் ஒரு தகர நாற்காலி மட்டும் கிடந்தது. அதற்குள் எந்தப் புத்தகமும் இல்லை. உள்ளே நுழைந்த சுப்பையா சுவிட்சைத் தட்டும் ஓசை கேட்க மின்விசிறியும் மஞ் சள்விளக்கும் உயிர்பெற்றது. துருவேறிய நாற்காலியின் மேலே ஒரு கண்திருஷ்டி கணபதியின் ஸ்டிக்கர். சுப்பையா என்னை நகரச்சொல்லி விட்டு நாற்காலியின் மீதேறியவர் உள்ளறைக்குத் தடுப்பாயிருந்த ரேக்கின் மேலிருந்து ஒரு புத்தகத்தை வெளியிலெடுத்தார். அட்டைப்படத்தில் உள்ளாடைகள் மட்டும் அணிந்திருந்த ஒரு பொன்நிறக் கூந்தலழகி மஞ்சள் ஒளியால் மேலும் பிரகாசமடைந்திருந்தாள். தன் உள்ளங்கையைத் தராசைப் போல் பாவித்து அந்த புத்தகத்தின் எடையை அனுமானித்த சுப்பையா பின் அதை என் கையில் நீட்டினார்.

நான் புத்தகத்தை வாங்கிய பின் சுப்பையா வெளியில் செல்லும்வரை காத்திருந்தேன். பிறகு பக்கங்களைப் புரட்டத் தொடங்கினேன். என்னால் புத்தகத்தைக் கையில் பிடித்திருக்க

முடியவில்லை. எனதுடலோ நடுங்கத் தொடங்கியது. ஆலிங்கனத்தை முதன் முதலாய் கண்ணுற்ற நான் அதிர்ச்சியில் உறைய மனோகரனோ வெடித்துச் சிரிக்கத் தொடங்கினான். நிர்வாண உடல்கள் முயங்கச் சாத்தியமான எல்லா வழிகளிலும் அப்புத்தகத்தின் பக்கங்கள் தோறும் புகைப்படங்களாய் உறைந்திருந்தன. கருப்பு வெள்ளை உடல்கள், கூட்டுக் கலவிகள், தன்பால் சேர்க்கைகள், அந்தரத்தில் பறக்கும் இந்திரியங்கள், வாய்வழிப் புணர்ச்சிகள் என வண்ணப் புகைப்படங்கள் மிக உயர்ந்த வழுவழுப்பான காகிதங்களில் அச்சிடப்பட்டிருந்தன. ஆனால் நான் பக்கங்களைப் புரட்டுந் தோறும் மனோகரன் "இங்க பாருடா" என மேலும் மேலும் கட்டுப்பாடற்று சிரித்துக் கொண்டிருந்தான். "டேய் கிறுக்குத் தாயளி எதுக்குடா சிரிக்கிற?" என்றேன். "தெரியலையே" எனப் பதிலளித்து விட்டுப் புத்தகத்தைக் கையில் வாங்கிப் புரட்டியவாறு கண்களில் நீர் வழிய சிரிப்பைத் தொடர்ந்தான். நாங்கள் இறுதிப் படத்தைப்பார்த்து முடிப்பதற்கும் சுப்பையா உள்நுழைவதற்கும் சரியாய் இருந்தது. என்னிடமிருந்து முதலில் புத்தகத்தை வாங்கியவர் மீண்டும் தன் உள்ளங்கையைத் தராசைப் போல் பாவித்து எடையை அனுமானித்தார். பின்பு எங்களிடம் "ஒரு தாளு கிழிச்சாலும் தெரிஞ்சு போயிரும் பாத்துக்கிடுங்க" என்றவாறு நாங்கள் வெளியே செல்ல அனுமதித்தார். நான் அறையை விட்டு வெளியில் செல்ல முயற்சிக்கும் போது என் புட்டத்தில் கை வைத்து "ரொம்ப சூடா இருக்கீக போலிருக்கே" என்றார். நான் வேகமாய் அவரது கையைத் தட்டி விட்டு வெளியே வந்தேன். அப்பொழுது ஒரு பருத்த பெண்மணி ஒயர்கூடையில் சாப்பாட்டுக் கேரியரோடு கடைக்கு வந்தாள். எங்களை ஏறயிறங்கப் பார்த்தவள் எங்களைப் பின்தொடர்ந்த சுப்பையாவை நோக்கி ஆத்திரத்துடன் "கேணமாடு படிக்கிற பயலுகளுக்குக் கலரு புத்தகம் காட்டுறியா உருப்படாதவனே" எனத் திட்டினாள். சுப்பையா பதிலளிக்காமல் தலை கவிழ்ந்திருந்தார். நாங்கள் வேகமாய் சைக்கிளைக் கிளப்பினோம். நான் "யாருடா அந்த பொம்பள" என வினவியதற்கு "அந்த ஆளோட சம்சாரம்" எனப் பதிலளித்தான்.

சாப்பிட்டு விட்டு அனைவரும் மைதானத்திற்குத் திரும்பியிருந்தனர். என் மனம் அசாதாரணமானதொரு விழிப்பு நிலையில் இருந்தது. நரம்புகளில் என்னவென்று புரியா ஒரு வலி. எனது அணி முதல் பேட்டிங். நான் முதலில் மட்டையாடச் சென்றேன். முதல் பந்தே பாயின்ட் திசையில் பவுண்டரி ஆனது. அடுத்த பந்து பிட்சில் புதைந்திருந்த ஒரு கூழாங்கல்லில் குத்தி வெளியில் செல்ல வேண்டிய லைனிலிருந்து திரும்பி விருட்டென குச்சியை நோக்கி வந்தது. நான் மிகத் துல்லியமாய் அதை நடுமட்டையில் தடுத்தாடினேன். அதன் பிறகு லாங்க் ஆஃப் திசையில் ஒரு சிக்ஸரும் எக்ஸ்ட்ரா கவர் திசையில் ஒரு பவுண்டரியும். எனது விழிகளுக்குச் சேற்று நிறத்தை உள்வாங்கியிருந்த அப்பந்து இருளில் தீச்சுடரைப் போல் புலனாகியது. மறு ஓவரை வைரவன் வீச வந்தான். முதல் பந்தில் சிங்கிள் கிடைக்க நான் மட்டையாட வந்தேன். அப்பந்தை வைரவன் என் இடுப்பை நோக்கி வீசுவான் எனத் தெரியும். ஏனெனில் எனக்குப் புல்ஷாட் ஆடவராது. நான் எதிர்பார்த்ததைப் போல் பந்து குறைநீளத்தில் விழுந்து இடுப்பை நோக்கி வந்தது. என்ன நிகழ்ந்ததென எனக்கேப் புரியவில்லை. பந்து பாலையா ஸ்கூல் மைதானத்திலிருந்து ஆரோக்கிய மாதா மக்கள் மன்றத்தைத் தாண்டிப் பறந்து சென்றது. வேறு அணிகள் வந்துவிடாமல் மனோகரனைப் பிட்சுக்கு காவலாய் வைத்துவிட்டு நாங்கள் பந்தைத் தேடச் சென்றோம். எங்கும் படர் கொடிகளால் சூழப்பட்ட அவ்விடத்தில் மட்டையாலும் ஸ்டம்பாலும் கொடிகளை அழுத்தித் தேட வேண்டும். வைரவன் என்னிடம் "என்னத்தடா தின்னுட்டு வந்த இந்த அடி அடிக்கிற" என்றான். பிறகுதான் நான் மதியம் உணவருந்தவில்லையென்பதை உணர்ந்தேன். அரைமணி நேரத் தேடலுக்குப் பிறகு பந்து கிடைத்தது. ஆனால் நாங்கள் விளையாடிய பிட்ச்சில் வேறு அணி விளையாடிக் கொண்டிருக்க மனோகரன் மதியம் வாங்கிய காமிக்ஸோடு புளியமரத்தடியில் ஐக்கியமாகியிருந்தான்.

மறுவாரத்திற்காய் தினமும் கிடைக்கும் சில்லறைகளைச் செலவு செய்யாமல் சேமிக்கத் தொடங்கினேன். மனோகரனும் மாலை நேரங்களில் ஐஸ் விற்றுக் காசு தேற்றிக் கொண்டிருந்தான். அந்த வாரம் முழுதும் வரவிருக்கும் சனிக்கிழமையைக் குறித்த

நினைப்பாய் இருந்தது. எப்போதும் நண்பர்கள் சூழ இருக்கும் நான் முதன்முதலாய் தனிமையை விரும்பத் தொடங்கினேன். மற்றகேளிக்கைகள் அனைத்தும் பொருளற்றதாய் தோன்றியது. சனிக்கிழமை காலை விடியலுக்கு முன்பே கண்விழித்தேன். அன்று இருவரும் பத்து மணியளவில் சுப்பையாவின் கடைக்குச் சென்றோம். சைக்கிளில் செல்லும்போது இருவரும் கலர் புத்தகத்தைப் பற்றி எதுவும் பேசிக்கொள்ளவில்லை. கடையிலோ சுப்பையாவைக் காணாதது கொஞ்சம் ஏமாற்றமாயிருந்தது. உள்ளறையிலிருந்து ஊதுவத்தியின் நறுமணம் கமழ்ந்ததுடன் ஆளரவமும் கேட்க நாங்கள் அண்ணா என்று அழைத்துப் பார்த்தோம். அதற்கு எந்த எதிர்வினையுமில்லை. சற்று நேரம் கழித்து மெதுவாய் உள்ளே எட்டிப் பார்த்த மனோகரனோ பேயைக் கண்டவனைப் போல் மிரட்சியடைந்தான்.நான் என்னவென்று கேட்டது எதுவும் அவன் செவிகளில் விழவில்லை. பதற்றத்தோடு காமிக்ஸைக் கூட வாங்காமல் சாலையில் நடக்கத் தொடங்கினான். நானும் உள்ளே எட்டிப் பார்க்க உத்தேசித்துப் பின் வேண்டாமென சைக்கிள் அருகே சென்றேன். சில நிமிடங்கள் நின்று விட்டு சைக்கிள் ஸ்டேண்டை விடுவிக்கும் நேரத்தில் உள்ளறையிலிருந்து சுப்பையாவும் வேறொரு ஆளும் வெளியில் வந்தனர். நான் வேகமாய் சைக்கிளைக் கிளப்பினேன். மனோகரன் தான் பார்த்ததைக் குறித்து எதுவும் பேசவில்லை.

அந்நாளுக்குப் பிறகும் நாங்கள் சுப்பையாவின் கடைக்குச் சென்றோம். ஆனால் மனோகரனோ கலர் புத்தகம் பார்ப்பதற்கு மட்டும் வர மறுத்துவிட்டான். நான் காரணத்தை வினவியும் அவன் அது குறித்துப் பேசுவதைத் தவிர்த்தான். எனக்கும் தனியாய் உள்ளறைக்குச் செல்வதற்கு அச்சமாய் இருந்தது. பிறகு என் சிந்தையெல்லாம் மாராப்பற்ற தமிழ்ப் புத்தகங்கள் வாங்குவது குறித்த எண்ணங்களால் நிறையத் தொடங்கியது. ஏனோ அதை நான் செயல்படுத்தத் துணியவில்லை. ஒருவேளை அடைக்கலசாமி சார் பிரம்போடு துரத்திய கனவு கூட அதற்குக் காரணமாய் இருந்திருக்கலாம்.

வாரந்தோறும் சுப்பையாவின் கடைக்குச் செல்வது ஒரு சடங்கைப் போல் மாறியிருந்தது. சுப்பையாவோ கோழி

பிடிக்க வருபவனைப் போல் பதுங்கியபடி எங்களைச் சுற்றி வருவார். நாங்கள் மிகவும் எச்சரிக்கையாய் அவரிடமிருந்து விலகியோடுவோம். நான் விரைவில் அதற்கொரு தீர்வைக் கண்டுபிடித்தேன். கிரிக்கெட் பந்து டோர்னமென்ட் ஆடும் ஜோதி அண்ணனிடமிருந்து பெல்விக் ஃகார்டை வாங்கிக் கொண்டேன். பெரும்பாலும் அவை ஒரு அணிக்கே மூன்று தான் இருக்கும். அனைவரும் கைக்குட்டையை வைத்து அதைப் பயன்படுத்துவர். எங்கள் மத்தியில் அதற்குப் பெயர் கிட்னி ஃகார்ட். அவர் உனக்கெதுக்குடா என வினவியதற்கு "குறுக்கு பேட் ஆடும் போது அடிபடுதுண்ணே" எனப் பதிலளித்தேன்.

அவ்வாரம் சுப்பையாவின் கடைக்கு உள்ளாடைக்குள் பெல்விக் ஃகார்டை பொருத்தியவாறு சென்றேன். நான் வழக்கத்தை விட மிக உற்சாகமாய் இருப்பது மனோகரனுக்கு விநோதமாய் தோன்றியது. நான் அவனுக்கு என் ரகசியத்தைச் சொல்லவில்லை. இம்முறை மிகத்தீவிரமாய் புத்தகங்களைப் பார்ப்பதுபோல் பாசாங்கு செய்ய வேண்டும். பதுங்கியவாறுவரும் சுப்பையா பெல்விக் ஃகார்டில் கைவைத்து திகைத்து நிற்பார் எனஏதோ சிறுபிள்ளை விளையாட்டைப் போல் கற்பனையில் இருந்தேன். சுப்பையா கடைக்கு வெளியே பீடி புகைத்துக் கொண்டிருந்தார். வழக்கத்தை விட அவர் முகம் மிக இறுக்கமாய் இருந்தது. அவரைச் சுற்றி புகைத்த பீடித்துண்டுகள் ஒரு கட்டாவது தேறும். நாங்கள் உள்நுழைந்து புத்தகங்களைப் புரட்டிக் கொண்டிருக்க அவர் எங்களைச் சற்றும் பொருட்படுத்தவில்லை. எனக்கு அது ஏமாற்றமாய் இருந்தது. அவர் அப்படியே அருகிலிருந்த கடைகளுக்குச் சென்று ஏதோ பேசிவிட்டு வந்தார். அவர் கடையில் ஆளிருக்கையில் அப்படி விட்டுச் செல்பவரல்ல. ஏனெனில் புத்தகங்களை வாடிக்கையாளர்கள் கால்சட்டைக்குள் சொருகியவாறு சென்றுவிடுவர்.

அவ்வரிசையிலிருந்த எல்லாக் கடையின் உரிமையாளர்களும் வெளியில் பதற்றத்தோடு கூடி நிற்பதைப் பிறகுதான் கவனித்தோம். சற்று நேரத்தில் நகராட்சி ஆணையரின் ஜீப் வந்தது. முன்னிருக்கையிலிருந்து இறங்கிய ஆணையர் இளைஞனாய் இருந்தார். அனைவரும் அவரிடம் சென்று ஏதோ முறையிட்டுக் கொண்டிருந்தனர். அவர் கடைகாரர்களைப்

பெரிதாய் பொருட்படுத்தவில்லை. ஆஃபிசர்ஸ் கிளப்பிற்கு பின்னாலிருந்த வாய்க்காலைச் சென்று பார்த்தார். பிறகு புல்தண்ணீர் பந்தலைச் சென்றடையும் சமஸ்தானத்துப் பாதாளச் சாக்கடையை ஆய்வு செய்தார். அவர் செல்லுமிடமெல்லாம் மேஸ்திரி உடலைக் குறுக்கிப் பின் தொடர்ந்தார். மேஸ்திரியைக் கடைக்காரர் ஒருவர் கையைப் பிடித்து இழுத்து ஏதோ கோவமாய் கேள்விகளைக் கேட்டார். அதற்கும் மேஸ்திரி உடலை நெளித்துக் கொண்டிருந்தார். மனோகரன் அப்போது காமிக்ஸ் ஒன்றைக் கால்சட்டைக்குள் சொருகுவதைப் பார்த்தேன். நான் வேகமாய் கடைசி மேசைக்குச் சென்று 'கனவு சுந்தரி' நூலைக் கையிலெடுத்தேன். கால்சட்டைக்குள் சொருகுவதற்கு முன் சுப்பையாவை நோட்டமிட்டேன். யாரிடமோ பேசிக் கொண்டிருந்த சுப்பையாவின் பார்வை என்னில் நிலைத்திருந்தது. நான் அப்புத்தகத்தைக் கீழே வைத்துவிட்டுக் கடையை விட்டு வெளியே வந்தேன். பிறகு மனோகரன் கையிலெடுத்த காமிக்ஸிற்கு மட்டும் காசு கொடுத்துவிட்டு வந்தான்.

மறுவாரம் நாங்கள் சற்றும் எதிர்பாராதது நிகழ்ந்தேறியது. அவ்வரிசைக் கடைகள் அனைத்தையும் நகராட்சி அப்புறப்படுத்தியது. கடைக்காரர்கள் எவ்வளவோ வாக்குவாதத்தில் ஈடுபட்டும் மன்றாடியும் ஆணையர் அசைந்து கொடுப்பதாயில்லை. தாங்கள் வேறு கடைகளைப் பார்த்துக் கொள்ள கால அவகாசம் தரப்படவில்லை என்பது அவர்களின் குமுறலாய் இருந்தது. சுப்பையாவின் மனைவியிடமிருந்து யாராலும் செவி கொடுக்க முடியா வசவு வார்த்தைகள் பெருக்கெடுத்தன. அவள் யாரையும் நேரடியாகச் சுட்டாமல் தன் போக்கில் வசவுகளைப் பொழிந்தாள். சுப்பையா புத்தகங்களைக் கடையிலிருந்து வெளியே எடுத்துவந்து சாலையோரத்தில் அடுக்கி வைத்துக் கொண்டிருந்தார். ஜேசிபி வண்டியின் இயந்திரக் கைகள் அதுவரை இரண்டு கடைகளைத் தகர்த்திருந்தது. மற்ற கடைகளின் தகரக் கொட்டைகளைக் கடைக்காரர்களே பிரிக்கத் தொடங்கினர். வேறு வழியின்றி சுப்பையாவின் மனைவியும் புத்தகங்களை வெளியே அடுக்கத் தொடங்கியிருந்தாள். ஆனால் அவள் வாய் மட்டும் ஓய்ந்திருக்கவில்லை. சுப்பையா பொருட்களை ஏற்றிச் செல்ல

ஒரு வாடகை வண்டியைப் பிடித்து வர தனது டிவிஎஸ் 50யில் கிளம்பினார். இரைந்து கிடந்த புத்தகங்களை அடுக்கி சணலால் கட்டிய சுப்பையாவின் மனைவிக்கு நாங்களும் உதவி செய்தோம். அவளுக்கருகே ஒரு கலர் புத்தகம் தரையில் கிடந்தது. மேஸ்திரி அதை நோட்டமிட்டவாறு சுற்றி வந்தார். சுப்பையாவின் மனைவி மேஸ்திரியை மார்கழி மாத நாயுடன் ஒப்பிட்டு ஒரு செவி கூசும் வசவைக் கொட்ட அவர் தெறித்து ஓடினார். அவள் புத்தகங்களைக் கட்டி முடிப்பதற்கும் சுப்பையா மூன்று சக்கர லோடு ஆட்டோ வண்டியை அழைத்து வருவதற்கும் சரியாய் இருந்தது. புத்தகக் கட்டுகளை வண்டியில் ஏற்றுவதற்கு நாங்கள் உதவி செய்ததோடு அவ்வண்டியைப் பின்தொடர்ந்தும் சென்றோம். சுப்பையா டிவிஎஸ் 50 யில் வர அவர் மனைவி லோடு ஆட்டோவின் பின்னால் ஏறி வந்தாள்.

சுப்பையாவுடைய வீடு காமராஜபுரத்தில் இருந்தது. திண்ணை வைத்த ஓட்டு வீடு. உள்ளே தாழ்வாரத்தில் சாக்குகளை வரிசையாய் விரித்த சுப்பையாவின் மனைவி இம்முறை எங்களிடம் உரிமையோடு வேலைகளை ஏவினாள். பெரும்பான்மையான புத்தகக் கட்டுகளை நாங்களும் லோடு ஆட்டோ ஓட்டுநரும் இறக்கி வைத்தோம். சுப்பையா பக்கத்திலிருந்த பெட்டிக் கடைக்குச் சென்று பீடி வாங்கி புகைத்துக் கொண்டிருந்தார். அதைப் பார்த்ததும் எரிச்சலுற்ற அவர் மனைவி “பாருங்க இந்த அநியாயத்த எங்கேயிருந்தோ புள்ளக வந்து உதவி பண்ணுதுக இந்தக் கேணமாடு போயி பீடி குடிச்சிக்கிட்டுருக்கு” என்றாள். ஓட்டுநருக்கு வாடகையைத் தந்து அனுப்பியவள் விடைபெற்ற எங்களைத் திண்ணையில் அமரச் சொன்னாள். வீட்டுக்குள் இருந்து ஒரு தட்டில் முறுக்கும் அதிரசமும் எடுத்து வந்து சாப்பிடச் சொன்னவளின் குரல் அவ்வளவு நேரம் வசவுகளைப் பொழிந்த குரலாய் இல்லை. சொம்பில் நீரருந்தும் போது தண்ணீர் என் சட்டையில் சிந்தியததைக் கவனித்தவள் “சும்மா வாய் வைச்சுக் குடி தம்பி” என்றாள். பிறகு எங்களிடம் இரும்புக் கை மாயாவியின் இரண்டு புத்தகங்களைக் கொடுத்து “இது மாதிரி சித்திரக் கதைகள் தான் படிக்கணும் மத்ததெல்லாம் பெரிய ஆளுக படிக்கிறது சரியா?” என்றாள். மனோகரன் தன்னிடம் ஐந்து ரூபாய் தான்

உள்ளதெனச் சொன்னதற்கு "அட சும்மா வைச்சுக்கய்யா" எனக் கடிந்துகொண்டாள்.

நாங்கள் வழக்கம் போல ஒவ்வொரு சனிக்கிழமையும் சுப்பையாவின் வீட்டுக்கே சென்று காமிக்ஸை வாங்கி வந்தோம். அப்போது சுப்பையாவின் வாடிக்கையாளர் நாங்கள் மட்டுமே. எங்களை ஒவ்வொரு முறை காணும்போதும் சுப்பையாவின் மனைவி பெரியாஸ்பத்திரிக்கு வெளியே ஒரு தள்ளுவண்டியில் கடையைப் போடுமாறு சுப்பையாவிடம் சொல்ல ஆரம்பிப்பாள். அது செவிகளிலே விழாததைப் போல் சுப்பையா நடந்து கொள்வார். பேச்சு கொஞ்சம் கொஞ்சமாய் வசவாய் உருமாறும். எதற்கும் சுப்பையா அசைந்து கொடுக்காதவராய் திண்ணையில் பீடி புகைத்துக் கொண்டிருப்பார். அவள் அடுக்களையிலிருந்து அரிவாள்மனையுடன் ஓடி வந்து சுப்பையாவின் குரல்வளையில் வைத்து "அறுத்துப் புடுறேன் உன்னைய" எனக் கத்துவாள். சுப்பையாவோ மனைவியின் எதிர் திசையில் வாயைக் கோணிக் கொண்டு புகையை ஊதுவார். பிறகு "இந்த எளவெடுத்தவனோட வாழ்ந்தது போதும் பேசாம நான் சாகுறேன்" என அரிவாள்மனையைத் தன் குரல்வளையில் வைத்து மிரட்டுவாள். அப்போது அவளது விழிகள் பிதுங்கியபடி கபாலக்குழிக்குள்ளிலிருந்து வெளியே விழுந்துவிடுவதைப் போல் அச்சுறுத்தும். அந்நேரத்தில் அண்டை வீட்டார் ஓடிவந்து அவளைக் கடிந்து கொள்வர். அவளும் அரிவாள்மனையைத் தூக்கி ஓரமாய் வீசி விட்டு வீட்டிற்குள் செல்வாள்.

அக்கொலை மிரட்டலை முதன் முறை கண்டபோது நாங்கள் செய்வதறியாது பதைபதைப்புடன் நின்றோம். பிறகு வழமையான அக்காட்சியை நாங்களும் இயல்பாய் எடுத்துக் கொண்டோம். அதற்கு அருகிலிருந்த பெட்டிக் கடைக்காரரும் ஒரு காரணம். முதல்முறை நாங்கள் மிரண்டு போய் அக்கடைக்குச் சென்று இளைப்பாறும் விதமாய் ஒரு பன்னீர் சோடா வாங்கி அருந்தினோம். எங்களின் படபடப்பைக் கவனித்த கடைக்காரர் "என்ன தம்பிகளா பயந்துட்டீகளா?" என்றார். நாங்கள் தலையசைக்க "இது வழக்கமா நடக்குறது தான். இந்தச் சண்டைக்கெல்லாம் வெளியே சொல்ற காரணம் சும்மா ஒரு பேச்சுக்குத் தான்யா. பாவம் பதினைஞ்சு வருசமாச்சு கல்யாணம்

பண்ணி.அவளுக்கும் ஒரு புள்ள குட்டி துணைக்கு இல்ல. நல்ல மனுஷி. அவன சகிச்சுக்கிட்டு இருக்கா. சுப்பையாவும் நானும் அஞ்சாவது வரைக்கும் ஒண்ணாதான் படிச்சோம். இன்னொரு விரியனைத் தொட்டாதான் அவனுட்டு சீறும். அவன் கல்யாணம் வேணாம்னுதான் இருந்தான். அவுக அப்பாரு தான் வலுக்கட்டாயமா பண்ணி வைச்சாரு. என்ன பண்றது?'' என்றார். எங்களுக்கு ஏதோ அரைகுறையாய்ப் புரிந்தது. அவர்களுக்குக் குழந்தைகள் எதுவும் இல்லையென்பதை அப்போதுதான் உணர்ந்தோம்.

ஒவ்வொரு முறை நாங்கள் சுப்பையாவின் வீட்டுக்குச் செல்லும்போதும் அவரது மனைவியே எங்களை வரவேற்றுக் காமிக்ஸை எடுத்துத் தருவாள். மனோகரன் இரும்புக் கை மாயாவியை முழுதாய் முடித்து விட்டு முகமூடி வீரர் மாயாவிக்குத் தாவியிருந்தான். நானும் அண்மை நாட்களில் டெக்ஸ் வில்லரை வாசிக்கத் தொடங்கியிருந்தேன். அனைவரிடமும் என் பெயரைக் கண்ணா 'ஐயனார்புரத்து ரேஞ்சர்' என்றே சொல்லித் திரிந்தேன். காமிக்ஸை வாசிக்கும் போது உற்சாக மிகுதியில் ரோல் கேப் துப்பாக்கியைச் சுடும் என் சேட்டையை மட்டும் மனோகரனால் பொறுத்துக் கொள்ள முடியவில்லை. சுப்பையா கடையைக் காலி செய்து மூன்று மாதங்களுக்கு மேல் ஆகியிருந்தது. எங்களைக் கண்டாலே மனைவியின் வசவுக்குப் பயந்து அவர் வெளியேறி விடுவார்.

அவ்வருட ஆயுத பூஜை, சரஸ்வதி பூஜை விடுமுறை வந்தது. எல்லாக் கடைகளிலும் ஒலிப்பெருக்கிகள் அலறியவாறிருந்தன. அதிசயமாய் அன்று சுப்பையா எங்களைப் பார்த்து ஓடவில்லை. அவரது மனைவி சாமி படங்களுக்கு முன்பு கொஞ்சம் புத்தகங்களுக்குச் சந்தனப் பொட்டு வைத்துக் கொண்டிருந்தாள். அதில் 'இன்ப வேட்கை' எனும் புத்தகமும் இருந்தது. வேட்கை மிகுதியில் வாயைப் பிளந்திருந்த பெண்ணின் நெற்றி முழுதும் சந்தனப் பொட்டு அலங்கரிக்கப்படிருந்தது. நானும் மனோகரனும் கள்ளத்தனமாய் சிரித்துக் கொண்டோம். அவனுக்குச் சிரிப்பை அடக்கும்போது உடல் குலுங்கும். சுப்பையாவின் மனைவிக்கு எங்களின் கிண்டல் புரிந்திருந்தது. ஆனால் அவள் அதைக் கண்டுகொள்ளவில்லை.

சுப்பையா சாமி படங்களுக்கு தீபாராதனை காட்டிவிட்டு திருநீறு தந்தார். நாங்கள் நெற்றியில் பூசிவிட்டு காமிக்ஸ்களை வாங்கிக் கொண்டு கிளம்ப எத்தனித்தோம். சுப்பையாவின் மனைவி பொரியும் அவித்த கொண்டைக் கடலையும் தந்து திண்ணையில் அமர்ந்து சாப்பிடச் சொன்னாள். பின் சாம்பிராணி போடுவதற்காய் தூபக்காலில் கரித்துண்டுகளை இட்டு தீ மூட்ட முயற்சித்துக் கொண்டிருந்தாள். மழையில் நனைந்திருந்த கரித்துண்டுகள் இன்னும் போதுமான அளவு உலர்ந்திருக்கவில்லை. அளவுக்கதிகமாய் மண்ணெண்ணெய் ஊற்றியும் தீப்பற்றவில்லை. “இந்தா அதை ஏங்கிட்ட கொடு” என்று வாங்கியபடி சுப்பையா தூபக்காலைத் தனது டிவிஎஸ் 50யிடம் கொண்டு சென்றார். வண்டிக்கருகே குந்தியவாறு பெட்ரோல் டேங்கிலிருந்து இஞ்சினுக்குச் செல்லும் டியூபைக் கழட்டி கொஞ்சம் பெட்ரோலைத் தூபக்காலில் விட்டார். பிறகு அனைத்தும் நொடிப் பொழுதில் நிகழ்ந்தேறியது. கரித்துண்டுகளுக்குள்ளிருந்த தீப்பொறி கிளம்பி டிவிஎஸ் 50 தீப்பற்றி எரிந்தது. சுப்பையா சுதாரிப்பதற்குள் அவர் கைலியிலும் தீப்பற்றியது. அவர் அலறியவாறு தெருவை நோக்கி ஓடினார். எங்கும் ஒரே காட்டுக் கூச்சல். நாங்கள் வெளியிலிருந்த தொட்டிக்கருகே ஓடிச் சென்றோம். ஆனால் தொட்டியில் நீரில்லை. அவரது மனைவியின் அலறல் சத்தம் நிச்சயம் போஸ்நகர் வரை கேட்டிருக்கும். மனோகரன் அவளிடம் போர்வையை எடுத்து வரச் சொல்லிக் கத்தினான். அவன் அய்யோ என்ற தனது அலறலை ஒரு நொடிப்பொழுது மட்டும் நிறுத்திப் பேச்சற்று நின்றாள். போர்வைக்குத் தேவையிருக்கவில்லை. அதற்குள் சுப்பையா தானாகவே தெருவில் புரண்டு தீயை அணைத்திருந்தார். வழக்கம்போல் அன்றைக்கும் அவர் சட்டை அணிந்திருக்கவில்லை. இல்லையென்றால் தீ உடல் முழுதும் பரவியிருக்கும். இப்போது அண்டை வீட்டார் டிவிஎஸ் 50 ஐ நீரூற்றி அணைத்தனர். அதற்குள் அது முழுதாய் கருகியிருந்தது. சிலர் சுப்பையாவிற்குத் தோள் கொடுத்து அழைத்து வந்து திண்ணையில் அமர வைத்தனர். இடுப்புக்கு கீழே ஆங்காங்கே தீயின் சூட்டில் தோலுரிந்து வெண்மையாய் ஆகியிருந்தது. சுப்பையா அம்மா அம்மா என அரற்றிக் கொண்டிருந்தார். “அய்யோ இப்படியாச்சே நான்

என்ன பண்ணுவேன் எனக்கு ஒன்ன விட்டா யாரிருக்கா'' என அவரது மனைவி அழுதவாறிருந்தாள். ''ஒண்ணும்பெரிய காயமில்ல'' எனச் சுற்றியிருந்தவர்கள் ஆறுதல் அளித்தனர். பெட்டிக் கடைக்காரர் ஆட்டோவை அழைத்து வந்தார். சுப்பையாவைக் கைத்தாங்கலாய் அதில் ஏற்றி அமரவைத்தனர். பக்கத்து வீட்டுப் பெண் ஓடிச் சென்று கொடிக்கயிற்றிலிருந்த ஒரு வேட்டியை எடுத்து வந்து அவர் மனைவியிடம் நீட்டினாள். அவளதைச் சுப்பையாவின் தொடைகளின் மீது போட்டாள். பெட்டிக் கடைக்காரர் முன்னால் ஓட்டுநர் அருகே அமர ஆட்டோ பெரியாஸ்பத்திரிக்குக் கிளம்பியது. உடன் வேறு சிலரும் தங்களது சைக்கிளில் உடன் சென்றனர்.

நாங்கள் அண்ணாசிலை வரையிலும் ஆட்டோவைப் பின்தொடர்ந்து சென்றோம். பிறகு அருள் கூல்டிரிங்ஸ் கடையைப் பார்த்ததும் சைக்கிளை ஓரங்கட்டினேன். எங்களுக்கு நெருப்பைத் தின்றது போல் பெருந்தாகமாயிருந்தது. இருவரிடமும் காமிக்ஸிற்காய் சேர்த்த பணமிருந்தது. ஆகவே ஆளுக்கொரு லெஸ்ஸியை வாங்கி ஓரே மூச்சில் அருந்தினோம். பிறகுதான் எங்களால் தெளிவாய் சிந்திக்க முடிந்தது. இருப்பினும் தாகம் தணிந்திருக்கவில்லை. மேலும் ஒரு லெஸ்ஸியை வாங்கி அதை மெதுவாய் கொஞ்சம் கொஞ் சமாய் உறிஞ்சிக் குடித்தோம். அப்போது மனோகரன் என்னிடம் அக்கேள்வியைக் கேட்டான். ''நான் போர்வையைக் கேட்கும் போது அந்த அக்கா என்ன பண்ணுச்சுன்னு கவனிச்சியா?''. ஆம் அப்போது எனக்கது தெளிவாய் புலனாகியது. அய்யோ அய்யோ எனத் தலையில் அடித்துக் கதறிக் கொண்டிருந்த சுப்பையாவின் மனைவியிடம் மனோகரன் போர்வையை எடுத்துவரச் சொல்லிக் கத்தினான். அப்போது அவள் எதையோ கண்டு திகைத்தவாறு அலறுவதை நிறுத்தியிருந்தாள். எங்கள் பார்வை அனிச்சையாய் சுப்பையாவின் பக்கம் திரும்பியது. சுப்பையாவின் உடலில் கொஞ்சம் மட்டுமே ஒட்டியிருந்த கைலியும் எரிந்து சாம்பலாகிக் கொண்டிருந்த அத்தருணத்தில் தீயின் அனலில் சுப்பையாவின் குறி கிளர்ந்திருந்தது.

பதினைந்து நாட்களில் சுப்பையா உடல் நலமடைந்து வீடு திரும்பியிருந்தார். ஒரு மாதத்தில் பெரியாஸ்பத்திரிக்கு வெளியே

தள்ளு வண்டியில் புத்தகங்களை விற்கத் தொடங்கினார். அதன் பிறகு அவர்கள் வாழ்க்கையில் நிகழ்ந்தது தான் யாரும் எதிர்பாராதது. சுப்பையாவின் மனைவி அடுத்த வருடத்திலிருந்து வருடத்திற்கு ஒன்றென முத்து முத்தாய் மூன்று பிள்ளைகளைப் பெற்றெடுத்தாள்.

பெரியப்பா

பெரியப்பா தலை கவிழ்ந்திருந்தார். பெரியம்மாவின் முறைப்பாடுகள் ஓய்ந்தபாடில்லை. பெரியப்பாவின் கழுத்தில் கயிறு இறுகித் தோல் உரிந்திருந்தது. அதற்கு விளக்கெண்ணெய் பூசியவாறே பெரியம்மா ஒரே கேள்வியை அவரிடம் மீண்டும் மீண்டும் கேட்டுக் கொண்டிருந்தாள். "ஒங்களுக்கு எப்படி மனசு வந்துச்சு எங்கள அநாதையாக்க." எல்லோர் மனதையும் அக்கேள்வியே அரித்துக் கொண்டிருந்தது. எதனால் இப்படி நிகழ்ந்தது என்ற அக்கேள்விக்கு யாரிடமும் பதில் இல்லை. எவராலும் அக்கேள்விக்கான விடையைக் கண்டறிய முடியாது என்பதை நான் அறிவேன். அதை அறிந்தது மூவர் மட்டுமே. ஒருவர் கொல்லையில் நின்ற பலாமர மேற்கு கிளையில் தூக்கில் தொங்கிய என் பெரியப்பா. இரண்டாம் நபர் அக்கேள்விக்கான பதிலை ஒருபோதும் யாரிடமும் சொல்லிவிட விரும்பாத நான். மற்றொருவர் பெரியப்பாவை வீட்டுக்கு அழைத்து வரும் வரை உடனிருந்து பின் எங்கோ சென்று மறைந்த தேத்தாம்பட்டியைச் சேர்ந்த ஒரு நாய்.

அந்நாய் மூன்று நாட்களாய் எங்கள் பெரியப்பாவின் நிழலாய் அலைந்தது. அவரின் சுயத்தை முழுதும் உட்செரித்து இருளிலும் புலனாகும் கருநிழலாய்ப் பொழுதும் எதற்காகவோ எங்கள் வீட்டு வாசலில் காத்திருந்தது. பெரியம்மா அது யார் வீட்டு நாய் என்று பெரியப்பாவிடம் கேட்டாள். அவரோ தெரியாதெனப் பொய் சொன்னார். பெரியம்மா என்னிடம் கேட்டிருந்தால் நான் சொல்லியிருப்பேன். அவளுக்கு அது பெரிய விசயமாய்த் தெரியவில்லை. அந்நாய் யாரைக் கண்டும் குரைக்கவில்லை. அதன் குரைப்பொலியின் உக்கிரத்தை நான் அறிவேன். அது அனைத்தையும் ஒற்றைக் கோரிக்கையாய் உருமாற்றித் தன் கண்களில் தேக்கியிருந்தது. அக்கோரிக்கையைப் பெரியப்பா இறுதியாய் ஏற்றுக் கொண்டார்.

பெரியம்மா அந்நாயின் மீது மனம் இரங்கி இரண்டாம் நாளிலிருந்து வேளை தவறாமல் உணவளித்தாள். ஆனால்

தன் மோப்பத் திறனையிழந்தது போலும் தனக்கு முன் இருப்பது உணவென்றே அறியாதது போலும் அது நின்றிருந்தது. தெருவிலிருந்து மேய்ச்சலுக்குச் செல்லும் கொப்பாடித் தாத்தாவின் மாடுகளில் ஏதேனுமொன்று தான் சோற்றை உண்டுவிட்டுச் சென்றது. எங்கள் தெரு நாய்களோ தொலைவிலிருந்தே அனைத்தையும் பார்த்துக் கொண்டு நின்றன. ஏனோ அவை தங்கள் எல்லைக்குள் ஊடுருவியிருந்த தேத்தாம்பட்டி நாயிடம் சண்டையிடவில்லை. ஆகவே அவையும் ஓரளவு விசயத்தை அறிந்திருக்குமென நினைக்கிறேன். எதன் பொருட்டு அந்நாய் இவ்வாசலில் நிற்கிறது என்று முதலில் ஆச்சரியப்பட்ட எங்கள் தெருவாசிகள் பிறகு அதைப் பொருட்படுத்தவில்லை.

அந்நாய் தேத்தாம்பட்டியிலிருந்து திருவரங்குளம் வரை எங்களைப் பின் தொடர்ந்து வந்ததை நான் தான் முதலில் பெரியப்பாவிடம் சொன்னேன். அவர் தனக்குத் தெரியும் என்பதைப் போல் "ம்" என்றார். அவரால் அச்சூழலில் சைக்கிளை அழுத்த முடியவில்லை. மெதுவாய்த் தள்ளிக் கொண்டு வந்தார். நான் அப்போது சைக்கிளில் குரங்கு பெடல் பழகிய காலம். பாரம் சுமந்து வருபவன் இடையிடையே சுமையை இறக்கி வைத்துப் பெருமூச்செறிவதைப் போல் பெரியப்பா அவ்வண்டியுடன் சிரமப்பட்டார். குறுவை குளக்கரையின் இரு புறங்களிலும் நரிக்கொன்றை பூத்திருந்தது. காற்றில் எதையோ துழாவிய அம்மஞ்சரிகள் அவரை மேலும் துயர்கொள்ளச் செய்தன. நாங்கள் கரையில் சைக்கிளைத் தள்ளிச் சென்றபோது சாரையொன்று எங்களுக்கு ஐந்தடி முன்பு சாலையைக் கடந்தது. நான் பதறி பெரியப்பாவைத் திரும்பிப் பார்த்தேன். அவர் வேறு யாரோ ஒருவரைப் போல் தோன்றினார். அவரிடம் எந்தச் சலனமுமில்லை.

பெரியப்பா தூக்கில் தொங்கிய பலாமரத்தில் தான் கொல்லையில் களை எடுக்கும் போதெல்லாம் பெரியம்மா எனக்குத் தொட்டில் கட்டுவாளாம். குழந்தைப்பேறு வாய்க்கப் பெறாததால் தன் தங்கையின் மகனான என்னைத் தான் வளர்ப்பதாய் இரண்டு வயதிலேயே பெரியம்மா தூக்கி வந்துவிட்டாள். அவ்வருடம் தான் கொல்லையில் முந்திரி

நட்டிருக்கிறார்கள். ஊடாக வழக்கம் போல் இரு வருடங்கள் கடலையும் விதைத்திருக்கிறார்கள். இப்போது அனைத்தும் முந்திரிக் காடுகளாகிவிட்டன. ஒருநாள் கடலை விதைக்கையில் தொட்டிலில் உறங்கிக் கொண்டிருந்த என்னைச் சுளுக்கி கடித்து விட்டதாம். கதறிய என்னைப் பெரியம்மா ஆற்றுப்படுத்த பெரியப்பாவோ நான் அழுகையை நிறுத்திய பின்னும் தேம்பி அழுது கொண்டிருந்தாராம். பெரியம்மா வாய்ப்புக் கிடைக்கும் போதெல்லாம் அதைச் சொல்லி அவரை ஏளனம் செய்வாள். ஆனால் அவரோ தீவிரமான முகத்தோடு "பின்ன புள்ள எப்படித் தாங்குனானோ" என என் கன்னத்தை வருடிக் கொடுப்பார்.

பலா மரத்தின் நிழல் மீது பெரியப்பாவிற்கு அலாதியான பிரியம். அதற்கு முந்திரி நிழலின் புழுக்கம் கூடக் காரணமாய் இருக்கலாம். அவர் பலாமர நிழலின் குளுமை இலுப்பை நிழலுக்கும் கிடையாது என்பார். பெரியப்பா பலாச் சுளைகளை உண்பது எங்கள் கேளிக்கைகளில் ஒன்று. முதலில் மிருதங்க வித்வானாய் முள்விரிந்த பலாப்பழத்தின் பக்குவமறியத் தட்டிப்பார்ப்பார். நானும் பெரியம்மாவும் அவரிடம் "தின்னத் தா தின்னத் தா" என கொன்னக்கோல் சொல்வோம். அவர் புன்னகைத்தவாறே அரிதாரம் பூசிக் கொள்ளும் ராஜபார்டாய் மாறுவார். இத்தனைக்கும் அவர் செய்வது ஓர் எளிய செயல்தான். பலாப்பழத்தின் பிசின் ஒட்டாமலிருக்கத் தனது கைகளிலும் கத்தியிலும் தேங்காய் எண்ணெயைப் பூசுவார். பிறகு ஒவ்வொரு முறையும் பலாச் சுளைகளை உண்டுமுடிக்கையில் "தானமனாட்டு பலாச்சுளை தின்னவனுக்கு பண்ருட்டிப் பழமெல்லாம் வெறுஞ்சக்கை தான்" என்பார். அவ்விருப்பத்தின் பொருட்டே கிழக்குக் கிளையில் கயிற்றைக் கட்டிப் பலா மூசுகள் சேதமடைவதை அவர் விரும்பவில்லை.

எனது ஒவ்வொரு அசைவுகளையும் ரசித்து வளர்த்த பெரியம்மா மீது செல்லங் கொஞ்சி என்னை வீணாக்கி வருவதாய் அம்மாவிற்கு வருத்தம் உண்டு. உண்மையைச் சொல்வதானால் நான் பெரியப்பாவிடமே அதிக நெருக்கமாய் இருந்தேன். அவர் வாழ்வைத் தன் போக்கில் அனுபவித்து வாழ்பவர். வேட்டை மீது அவருக்கு அலாதியான பிரியமுண்டு. அவரே ஒரு வேட்டை நாயைப் போன்ற உடல்வாகுடையவர். எங்கள்

தெருவினரின் நாய்களை வேட்டைக்குப் பழக்குவது அவர் தான். ஆனால் நாங்கள் இரண்டு வருடங்களாய் வீட்டில் நாயெதுவும் வளர்க்கவில்லை. பெரியப்பா இறுதியாய் வளர்த்த எங்கள் பிரியத்துக்குரிய நாயைக் கொன்று பலாமரத்தின் அருகே புதைத்த பின்பு. அப்பிரியத்தை இன்று குளிர்சாதன அறைக்குள் நாய் வளர்ப்பவர்களுடன் ஒப்பிடக் கூடாது. தன் மனைவியைச் செல்லக் கிண்டலுடன் ஏசுவதைப் போல் தான் அவர் அதோடும் நடந்து கொள்வார்.

பெரியம்மா தான் அந்நாய்க்கு அர்னால்டு எனப் பெயரிட்டாள். பெரியப்பா பெரியம்மாவிற்கு டெக்கில் ஒரு முறை அர்னால்டின் 'டெர்மினேட்டர்' படத்தைக் காட்டியிருக்கிறார். பெரியம்மா நாய்க்கு அப்பெயரைச் சூட்டியிருந்தாலும் பெரியப்பா ஒருமுறை கூட அதைப் பேர் சொல்லி அழைத்து நான் பார்த்ததில்லை. என்னைப் போல் அர்னால்டும் பெரியப்பாவுடன் இருப்பதையே விரும்பும். அவர் 'இஞ்சே' என ஓசையெழுப்புகையில் அவர் என்ன நினைக்கிறார் என உணர்ந்து செயலாற்றும். அதெப்படி அவரால் ஒரே ஓசையில் அர்னால்டிடம் அனைத்தையும் உணர்த்த முடியுமென எனக்கு ஆச்சரியமாய் இருக்கும்.

அர்னால்டு பிறந்து பதினைந்து நாள் குட்டியாய் இருக்கும் போது அரங்குளநாதர் கோயிலின் தேருக்கடியிலிருந்து பெரியப்பா அதைத் தூக்கி வந்திருந்தார். நாங்கள் அதை முதன் முறைவேட்டைக்கு அழைத்துச் சென்றது இன்றும் என் நினைவில் உள்ளது. அப்போது அர்னால்டு ஆறு மாதக் குட்டி. விஜயசிங்கம் மாமாவின் நாயான டைசனுடன் அன்று மாலை வேட்டைக்குச் சென்றிருந்தோம். பராமரிப்பற்ற முந்திரிக் காடுகளுக்குள் விராலியும் காரையும் வம்பரையும் மஞ் சணத்தியும் புதர்களாய் மண்டிக் கிடந்தன. கொப்பாடியாரின் கொல்லையில் காக்காச் சோளம் விதைத்திருந்தார்கள். வளரிளம் பருவச் சோளப்பயிரின் அடித்தண்டு இனிப்பிற்கு அங்கே முயல்கள் கூடியிருந்தன. சோளத்தின் அடித்தண்டு மட்டும் உண்ணப்பட்டு கணிசமான செடிகள் அழிமானமாகிக் கிடந்தன. செடியில் சொனை வைத்துவிட்டால் பிறகு அழிமானம் இருக்காதெனப் பெரியப்பா சொன்னார். டைசன் எதையோ மோப்பம் பிடித்துச் சோளக் கொல்லைக்குள் புகுந்தது. அது

விரட்டிச் செல்வது எதையென அறிந்த பெரியப்பா கையில் சாக்குடன் அவை வெளிவரும் திசையை அனுமானித்துக் காத்திருந்தார். சற்று நேரத்தில் அவர் எறியப்பட்ட ஈட்டியைப் போல் எதன் மீதோ தாவி விழுவதை நாங்கள் பார்த்தோம். அருகில் சென்ற விஜயசிங்கம் மாமா பொறுமையாய் சாக்கை உருவ பெரியப்பா ஓர் உடும்பின் முதுகை தரையோடு அழுத்திப் பிடித்திருந்தார். அவர்கள் உடும்பின் கால்களை பின்னோக்கி மடக்கிவிட்டு அதன் வாலைக் கொண்டே அதைக் கட்டினர். பின் பெரியப்பா அதைத் தூக்கிப் பார்த்துவிட்டு "வலுவான உருப்படிடா" என்றார். அன்று அதுவே அனைவருக்கும் போதுமானதாய் இருந்தது.

பெரியப்பா உடும்பின் வயிற்றை அரிவாளால் கீறி குடலை டைசனுக்கு வெகுமதியாய் அளித்தார். அதை உண்ட டைசனின் கண்களில் ஓர் ஆட்கொல்லியின் மூர்க்கமிருந்தது. உடும்பின் பித்தப் பையைத் தனியாய்ப் பிரித்தெடுத்து அதை அர்னால்டின் நாசியில் அழுந்தத் தேய்த்து விட்டார். அர்னால்டோ சற்று நேரத்திற்குப் புத்தி பேதலித்ததைப் போல் நடந்து கொண்டது. நாசியை மண்ணில் தேய்த்த அது எதையோ மோப்பம் பிடித்து புதர்களுக்குள் ஓடியது. நான் அது எங்கோ ஓடித் தொலைந்து விடப் போகிறதெனப் பதறினேன். பெரியப்பா சிரித்தவாறே என்னைத் தூக்கிக் கொண்டு அதைப் பின் தொடர்ந்தார். அர்னால்டு கரையான் புற்றை மோப்பம் பிடித்து அதனருகே நின்று என்ன செய்வதெனத் தெரியாமல் துடித்துக் கொண்டிருந்தது. பின் தன்னால் முடிந்த அளவு கரையான்களைத் தின்றதும் உடலை முறுக்கி வளைத்துத் தன் வாலையே கடிக்க எத்தனித்தது. பலமுறை தன் வாலைக் கடிக்கச் சுற்றி வந்த அது வெகுநேரம் கழித்தே சற்று ஆசுவாசமடைந்தது.

அன்று உடும்பைக் காட்டிற்குள்ளேயே சுட்டுத் தின்றோம். நாங்கள் சுள்ளிகளை மட்டும் பொறுக்கித் தந்தோம். பெரியப்பா உடும்பிறைச்சியின் மேல் மசாலாப் பொடிகளைக் குழைத்துத் தடவி நெருப்பில் வாட்டினார். சுற்றியிருந்த அனைவரின் கண்களிலும் தீக்கங்குகள் சுடர்விட்டன. ஆனால் அர்னால்டின் கண்களில் அதன் மூதாதையர்களின் கானகம் சுடர்விட்டது. பெரியப்பா சுட்ட இறைச்சியின் பக்குவமறிந்து மாமாவை

நோக்கித் தலையாட்டினார். மாமா அருகிலிருந்து மரவள்ளி இலைகளைப் பறித்து வந்து பரப்ப பெரியப்பா வெந்த இறைச்சியை அதன் மீது வைத்தார். பின் சூடு அடங்குவதற்குள் கை வைக்கப் போன விஜயசிங்கம் மாமாவைப் "பதறாதடா" எனக் கடிந்து கொண்டு குருந்தம் பழங்களின் சாற்றைக் கறியின் மீது பிழிந்தார். குருந்தம் பழச் சாற்றின் புளிப்பு உடும்பிறைச்சிக்கு அலாதியானதொரு சுவையைத் தந்தது. எனக்காகச் சிறு துண்டுகளாய்ப் பிய்த்தெடுத்து பொறுமையாய் என்னை மென்று தின்னச் சொன்னார். கடினமான இறைச்சி முதலில் உவப்பானதாயில்லை. ஆனால் எனக்குத் தொடர்ந்து உண்ண வேண்டுமென்றும் தோன்றியது.

அந்நாளுக்குப் பிறகு அர்னால்டின் மோப்பத் திறன் எப்போதும் அதீத விழிப்பு நிலையிலே இருந்தது. வீட்டின் அடுக்களைப் பக்கம் நிற்கும் அது தெருவில் யாரேனும் அந்நியர்கள் சென்றால் விரைவில் ஓடிப் போய் யாரென்று பார்க்கும். பெரியப்பாவின் அனைத்து வேட்டை நுணுக்கங்களையும் கற்றுக் கொண்ட அர்னால்டுடன் வேட்டைக்குச் சென்று நாங்கள் வெறுங்கையுடன் திரும்பியது இல்லை.

அப்போது நான் இரண்டாம் வகுப்பு படித்துக் கொண்டிருந்தேன். காலாண்டு விடுமுறை நாட்கள். பிடாரி கோயில் மைதானத்தில் கபடிப் பார்க்கச் சென்ற எங்களுடன் வந்த அர்னால்டு மைதானத்து நாய்களுடன் எல்லைத் தகராறில் சிக்கிக் கொண்டது. மற்ற நாய்களைப் பெரியப்பா துரத்தியிருந்தாலும் கழுத்தின் கீழே அதற்கு ஏற்பட்டிருந்த சிறிய காயத்தை கவனிக்கத் தவறியிருந்தார். என் மாமாவின் திருமணத்திற்காய் நாங்கள் ஒருவாரம் கொத்தமங்கலத்திற்குச் சென்றிருந்தோம். உரிமையாளர் வெளியூருக்குச் சென்றால் நாய்களுக்குத் தெருவில் யாரேனும் உணவளிப்பார்கள். சொல்லி வைக்க வேண்டுமென்ற அவசியமெதுவும் இல்லை.

மாமாவின் திருமணத்திற்குப் பிறகு வீடு திரும்பிய நாங்கள் அர்னால்டைக் காணாது ஆச்சரியமடைந்தோம். ஏனெனில் இரண்டு நாட்கள் எங்களைப் பிரிந்தாலே மீண்டும் சந்திக்கையில் அதன் பரவசமும் துடிப்பும் தன்னைத் தனியாய் விட்டுச் சென்றதற்கான அதன் முறைப்பாடுகளும் வேடிக்கையாய்

இருக்கும். ஆகவே வாசலில் அதைக் காணாது நான் ஏமாற்றமடைந்தேன். வெகுநேரம் கழித்து அடுக்களையை ஒட்டிய விறகு குவியலுக்கருகே அது பதுங்கியிருப்பதை பெரியப்பாவிடம் சொன்னேன். அவர் நான்குமுறை 'இஞ்சே' என ஓசையெழுப்பிய பின்னரே அது வெளியில் வந்தது. சிறிய ஓசைகளுக்கும் தொந்தரவடைந்த அதன் வாயிலிருந்து ஓயாது எச்சில் வழிந்தது. தனது உணவையும் அது முறையாய் உட்கொள்ளவில்லை. நான் அர்னால்டிடம் விளையாடச் சென்ற போதெல்லாம் வழக்கத்திற்கு மாறாய் அது விலகி ஓடியது. பெரியப்பா "தம்பு அதுக்கிட்ட போகாதடா" என ஒவ்வொரு முறையும் என்னை எச்சரித்தார்.

மறுநாள் அர்னால்டு மேய்ச்சலுக்குச் சென்ற கோனார் வீட்டு மாடுகளை விரட்டிக் கவ்வியது. ஆழமான கடியில்லாமல் மேலோட்டமாய்ப் பற்கள் கூடப் பதியாமல். தசைகளைக் குதற வேண்டுமென்ற தனது உந்துதலை பெருமுயற்சி செய்து கட்டுப்படுத்துவதைப் போல. அதைக் கவனித்த பெரியப்பா தனக்குள் ஏதோ சிந்தனையில் ஆழ்ந்தார். பின் யாருக்கோ மறுப்புத் தெரிவிப்பதைப் போல தலையை ஆட்டிக் கொண்டார். தெருவிலிருந்த கற்களைப் பொறுக்கி அர்னால்டை விரட்டியடித்தார். ஆனால் அது கல்லெறியும் தூரத்திற்கு அப்பால் ஓடி விட்டு மீண்டும் எங்கள் வீட்டுக்கே திரும்பியது. நான் அதை ஏதோ புது விளையாட்டு எனக் கருதி அது திரும்பி வருகையில் சிரித்துக் கொண்டே அதனிடம் ஓடினேன். பெரியப்பா என்னை அதனிடம் செல்லவிடாமல் தூக்கித் திண்ணையில் அமரவைத்தார். பெரியப்பாவிடம் எதையோ யாசிப்பதைப் போல் அது வாணியொழுக நின்றிருந்தது.

பெரியப்பா தன் சைக்கிளின் கேரியரில் மண்வெட்டி, கடப்பாறை, சாந்துசட்டி ஆகியவற்றை வைத்தார். நானும் உடன் வருவதாய் சொல்ல சில தின்பண்டங்களைத் தந்து சாப்பிடச் சொன்னார். நான் அதிரசத்தை வாயில் அதக்கியப்படி அவர் என்ன செய்கிறார் எனக் கவனித்திருந்தேன். அவர் துண்டைத் தலையில் முண்டாசாய் கட்டினார். அப்படியென்றால் முந்திரி கொல்லைக்குச் செல்கிறார் எனப் பொருள். "கொஞ்ச நேரத்துல வந்துரேன் தம்பு" என அர்னால்டிடம் "இஞ்சே" எனச் சொல்லிச்

சைக்கிளைக் கிளப்பினார். அர்னால்டு அவர் சைக்கிளைப் பின்தொடர்ந்து ஓடியது. நான் வேகமாய் அதிரசத்தை விழுங்கிவிட்டு கொல்லையை நோக்கி ஓடினேன். ஏதோ ஓட்டைக் குடத்திலிருந்து நீர் வழிந்ததைப் போல் வழியெங்கும் அர்னால்டின் எச்சில் தடமிருந்தது. நான் கொல்லைக்குள் செல்லாமல் காட்டாமணக்கு வேலியோரம் நின்றிருந்தேன். பெரியப்பா சைக்கிளை வேப்பமரத்தின் அடியில் நிறுத்தினார். ஆனால் அர்னால்டோ வேகமாய் ஓடிச் சென்று பலாமரத்தின் கீழே நின்றது. பெரியப்பா தன் பொருட்களுடன் பலாமரத்தை நோக்கி நடந்து வந்தார். நான் நெருக்கமாய் வளர்ந்திருந்த காட்டாமணக்குச் செடிகளை விலக்கி அனைத்தையும் கவனித்தவாறிருந்தேன். பெரியப்பா பொருட்களைக் கீழே வைத்துவிட்டு மண்வெட்டியை மட்டும் கையிலெடுத்தார். சில நொடிகள் பெரியப்பாவின் கண்களை உற்றுநோக்கிய அர்னால்டு பின் பெரியப்பாவின் முடிவை ஏற்றுக்கொள்வதைப் போல் தலை கவிழ்ந்தது. அவர் மண்வெட்டியின் பின்பக்கத்தை அர்னால்டை நோக்கித் திருப்பினார். பின் அதன் தலையைக் குறிவைத்து தன் தலைக்கு மேலாய் மண்வெட்டியை ஓங்கினார். அதன் பிறகு நிகழ்ந்ததை நான் பார்க்கவில்லை. அழுது கொண்டே வீட்டை நோக்கி ஓடினேன்.

அன்றிரவு சாப்பாடு வேண்டாமெனத் திண்ணையில் அமர்ந்திருந்த பெரியப்பா இரவு வானத்தை வெறித்திருந்தார். நான் அவரருகே செல்ல மறுத்துப் பெரியம்மா மடியில் தலைசாய்த்துப் படுத்திருந்தேன். என் நெற்றியை வருடிய பெரியம்மா விரல்களை முடிகளுக்குள் துழாவியவாறு தாலாட்டொன்றைப் பாடினாள். "நீ அடிச்சாரச் சொல்லி அழு" என அவள் பாடிய பொழுது நான் எதையும் சொல்வதற்கு முன்பே என் கண்களிலிருந்து நீர் வழிந்தது. தனது முந்தானையால் என் கன்னங்களைத் துடைத்தவள் சோற்றில் தண்ணீர் ஊற்றி வைக்க வேண்டுமெனச் சொல்லி வீட்டிற்குள் சென்றாள். தனித்து விடப்பட்ட நானும் பெரியப்பாவும் இரவு வானில் அர்னால்டின் கண்களைத் தேடிக் கொண்டிருந்தோம். மறுவாரம் பிரண்டை பறிக்கக் கொல்லைக்குச் சென்றபோது பலாமரத்தின் அருகே ஒரு மண்மேட்டைக் கவனித்தேன். பெரியப்பா அதில்

நட்டிருந்த பூவரசம் போத்து தனது சாணிக் கொண்டைகளுக்குக் கீழே துளிர் விட்டிருந்தது.

அர்னால்டின் மரணத்திற்குப் பின் மூன்று வருடங்கள் ஓடிவிட்டன. முந்திரிக்குப் பழைய விலை கிடைக்கவில்லை. ஆஃப்ரிக்காவிலிருந்தும் வியட்நாமிலிருந்தும் முந்திரிக் கொட்டைகள் அடிமாட்டு விலைக்கு இறக்குமதி செய்யப்படுவதாய் ஆலங்குடிச் செட்டியார் சொல்லியிருந்தார். ஆகவே இரண்டு மாதங்கள் முந்திரி அறுவடை முடித்துப் பத்து மாதங்கள் எந்த வேலையும் இல்லாதிருந்த பெரியப்பா தேநீர்க் கடை ஆரம்பித்தார். பெரியம்மா தான் அந்த யோசனையைச் சொல்லியது.

கொப்பாடித் தாத்தா தனது கறவைப் பசுக்களின் பாலை வம்பன் நால் ரோட்டிலிருந்த தேநீர் கடைக்குக் கொடுத்துக் கொண்டிருந்தார். ஆகவே பெரியப்பா தேத்தாம்பட்டிக் கோனாரிடமிருந்து பால் வாங்கினார். அப்போது நான் ஐந்தாம் வகுப்பு செல்லத் தொடங்கியிருந்தேன். பெரியப்பாவும் பெரியம்மாவும் கடையைப் பார்த்துக் கொண்டிருந்தார்கள். எனக்குக் கடையில் ஏதேனும் உதவி செய்ய ஆசையாய் இருக்கும். ஆனால் பெரியப்பா என்னைக் கல்லாவில் அமர மட்டும் அனுமதிப்பார். மற்றபடி யாரேனும் குடித்துவைத்த தேநீர்க் குவளையை எடுத்து தந்தால் கூட "நீ சும்மா இரு தம்பு" என்பார். கடைக்கு வருபவர்கள் என்னைக் கிண்டலுக்காய் முதலாளி என அழைக்கத் தொடங்கினர்.

தேத்தாம்பட்டிக் கோனார் திருக்கார்த்திகை அன்று கீழே விழுந்து காலை உடைத்துக் கொண்டார். ஆக, பெரியப்பாவே விடியலில் தேத்தாம்பட்டி சென்று பால் எடுத்துவர வேண்டியதாயிற்று. அப்போது தான் அந்நாயை அவர் எதிர்கொண்டார். ஊருக்குப் புதியவர்களைத் தெருக் கடைசி வரை துரத்திச் செல்வதை இயல்பாய் கொண்டிருந்த நாய் அது. விஜயசிங்கம் மாமாவும் அந்நாயிடம் கடிபட்டிருக்கிறார். பலர் அந்நாயைப் பற்றிச் சொல்லியிருக்கிறார்கள். முதலில் வெளியூர்காரர்களைக் குரைத்து தனது வீட்டின் முன் செல்லக் கூடாது என எச்சரிக்கும். அதையும் மீறி சாலையில் பயணிப்பவர்கள் தப்பிப்பது அவர்களின் நாளமில்லாச் சுரப்பிகளைப் பொறுத்தது. விடியலில்

தலையில் கட்டிய முண்டாசோடு சைக்கிளில் செல்லும் பெரியப்பாவைத் துரத்துவதையும் அது வாடிக்கையாய்ச் செய்து வந்தது. அவருக்கு அது ஒரு விளையாட்டுப் போல. நாய் துரத்தி வருகையில் ஏதேனும் விநோதமான ஓசைகளை எழுப்பி அதன் கவனத்தைத் திருப்பி சைக்கிளை வேகமாய் அழுத்திச் சென்று விடுவார். ஆனால் பால் கேனோடுத் திரும்புவதுதான் அவருக்குச் சவாலான விசயம். சைக்கிளை வேகமாக ஓட்ட முடியாது. ஒருமுறை பெரியப்பாவின் கெண்டைக் கால் தசையின் ருசியறியவிருந்த அதன் முயற்சி கிழிந்த வேட்டியோடு முடிந்தது.

எனக்கு அரையாண்டு விடுமுறை ஆரம்பமானது. நான் வழக்கம் போல் பெரியப்பாவுடன் சுற்றத் தொடங்கினேன். அவருடன் நானும் விடியலில் பாலெடுக்க வருவேனென அடம்பிடித்து உடன் சென்றேன். பெரியப்பா என் கையில் நீளமான ஒரு குச்சியைத் தந்தார். ஆகவே கோனார் வீட்டுக்குச் செல்கையில் குலை நடுங்கச் செய்யும் குரைப்பொலியோடு துரத்தி வந்த நாய் நான் குச்சியை ஓங்கியதும் அருகில் வரவில்லை. ஆனால் திரும்பி வருகையில் நான் முன்னே சைக்கிள் பாரில் அமர்ந்திருக்க கேரியரில் பால்கேன் இருந்தது. ஏற்கனவே சிரமப்பட்ட பெரியப்பா என்னையும் ஏற்றிக் கொண்டு தட்டுத் தடுமாறி அதன் துரத்தலிலிருந்து தப்பி வந்தார். எங்களுக்கு அச்செயல் கலக்கமூட்டினாலும் வேட்டையைப் போல் அதிலும் ஒருவித உற்சாகமிருந்தது. மூன்று நாட்கள் மாற்றமில்லாமல் அவ்வாறே நிகழ்ந்தது. ஆனால் நான்காம் நாள் எங்களுக்குச் சாதகமாய் இல்லை.

அன்று பாலெடுக்கச் செல்லும் போது துரத்தி வந்த நாயிடமிருந்து தப்பிக்க நான் குச்சியை ஓங்க அவசியமிருக்கவில்லை. பெரியப்பா ஒரு புலியைப் போல் உறுமி அதைத் திகைப்பூட்டினார். அது திகைத்துப் பின்வாங்கிய நொடியில் சைக்கிளை வேகமாய் ஓட்டினார். நான் உற்சாகத்தில் கூச்சலிட "எப்படிடாத் தம்பு" எனச் சிரித்தவாறே ஓட்டிச் சென்றார். ஆனால் பால்கேனோடுத் திரும்பி வருகையில் ஏனோ சற்று மெத்தனமாய் இருந்துவிட்டார். அதற்கு வளைவில் திரும்புகையில் முதலில் நாய் கண்ணுக்குப் புலனாகாதது

கூடக் காரணமாய் இருந்திருக்கலாம். "தம்பு பாத்தியா அதைக் காணோம் புலியக் கண்டோனே தெறிச்சிருச்சு போல" என்றவர் இலந்தை மரத்தின் பின்னே பதுங்கியிருந்த நாயைக் கவனிக்கவில்லை. அதுவரை எங்களுக்காகவே காத்திருந்ததைப் போல் அது சட்டென்றுத் தோன்றி முன்னே அமர்ந்திருந்த என் கால்களை நோக்கிப் பாய்ந்தது. பெரியப்பா சுதாரித்துக் கொண்டு அதன் விலாவில் எட்டி உதைத்தார். இரண்டடித் தள்ளி விழுந்த அது மீண்டும் மூர்க்கமாய் குரைத்துக் கொண்டு முன்னேறியது. அதற்குள் பெரியப்பா இருக்கையிலிருந்து எழுந்தவாறு சைக்கிளை வேகமெடுத்திருந்தார். அவரிடமிருந்து கோடரியால் விறகு பிளப்பவரைப் போல் ஓசைகள் எழுந்தன. பெரியப்பா பதற்றமடைந்திருந்தார். நான் இல்லையென்றால் அவரால் அதை இலகுவாகச் சமாளித்திருக்க முடியும். நாங்கள் அதன் எல்லையைத் தாண்டி விட்டோம். ஆனால் வளைவில் திரும்பும்போது ஒரு சிறிய கல்லில் முன் சக்கரம் ஏறியதால் தடுமாறிக் கீழே விழுந்தோம்.

அன்று இரண்டு கேன்களிலும் கீழே சிந்தியது போக பால் கொஞ்சமாய் எஞ்சியிருந்தது. பெரியப்பாவிற்கு அது ஒரு பொருட்டல்ல. என் உடலெல்லாம் சிராய்ப்புகள். வேறு பெரிய காயமெதுவும் இல்லை. ஆனால் அதற்கே அவர் துடித்துத் தன்னைத் தானே நொந்து கொண்டார். இரவு உறங்குவதற்கு முன்பு பெரியம்மா காலையில் தன்னுடனே இருக்குமாறும் பெரியப்பாவுடன் செல்ல வேண்டாமெனவும் வருத்தம் தோய்ந்த குரலில் கெஞ்சினாள். நான் அவள் சொல்வது என் செவிகளில் விழாததைப் போல் முகத்தை வைத்திருந்தேன்.

மறுநாள் விடியலுக்கு முன் எவ்வித ஓசையுமில்லாமல் பெரியப்பா மெள்ள எழுந்தார். அவருக்கு முன்பே கண்விழித்திருந்த நான் உறங்குவதைப் போன்ற பாவனையுடன் இமைகளை மூடியிருந்தேன். தனது பாயைச் சுருட்டி வைக்கும் ஓசை கூட எனக்குக் கேட்டுவிடக் கூடாதென அவர் கவனமாயிருந்தார். வீடு முழுதும் கடிகார முட்கள் சுழலும் ஓசை மட்டுமே. பெரியம்மா கழுவி வைக்கப்பட்டிருந்த பால்கேனை அடுக்களையிலிருந்து எடுத்து வருகையில் சற்று கவனக் குறைவாய் இருந்துவிட்டாள். பால்கேன் சுவரில் மோதிச் சத்தம் எழுந்தது. பெரியப்பா

"கூறு இல்லாதவளே" என ரகசியத் தொனியில் கோவமாய்த் திட்டினார். நான் பெருமுயற்சியெடுத்து என் சிரிப்பை அடக்கிக் கொண்டேன்.

பெரியப்பா பால்கேனைக் கயிற்றால் கட்டிவிட்டு சைக்கிளைக் கிளப்பவிருந்த நேரத்தில் நான் படுக்கையிலிருந்து அவசரமாய் எழுந்து ஓடிச் சென்று அவரை வழிமறித்தேன். அதிர்ச்சியுற்ற பெரியப்பா எதுவும் பேசவில்லை. அவருக்குத் தெரியும் என்னை அழைத்துச் செல்லாமல் அவர் கிளம்ப முடியாதென்று. பெரியம்மா மட்டும் "வீட்டுல இரு தங்கம் நம்ம கடையத் தொறந்து வச்சு பலகாரம் போடுவோம்" எனக் கெஞ்சத் தொடங்கினாள். நான் வசதியாய் சைக்கிள் கேரியரில் அமர்ந்து கொண்டேன். பெரியப்பா எதுவும் சொல்லாமல் சைக்கிளைக் கிளப்பினார். நான் சைக்கிளில் செல்கையில் பெரியப்பா எழுந்ததிலிருந்து என்னென்ன செய்தார் எனச் சொல்லி வந்தேன். அவர் என்னுடன் ஒரு வார்த்தையும் பேசவில்லை. வெகு சீக்கிரமே என் உற்சாகம் குறைந்து பெரியப்பா மீது ஆத்திரமாய் வந்தது. அவர் அன்றைய நாள் முழுதும் மறு நாளும் எனக்கு முகம் காட்டவில்லை. நானும் அவருடனே இருந்தாலும் அவர் முதலில் பேசட்டும் என முகத்தைக் கோவமாய் வைத்திருந்தேன். பெரியம்மா எங்களை இணக்கமாக்க முயற்சித்தாள். "அப்பனுக்கும் புள்ளக்கும் எந்த ராஜ்ஜியத்துக்குச் சண்டை" எனக் கேலி செய்தாள்.

இரவு எனது காயங்களுக்கு மருந்து போடவேண்டுமெனப் பெரியப்பா தான் அவளுக்கு நினைவூட்டினார். நான் படுக்கைக்குச் செல்லும் முன்பே சிறுநீர் கழித்துவிட்டு உறங்கச் சொல்பவர் அன்று சொல்லவில்லை. ஆகவே நான் அதைச் செய்யாமல் உறங்கிவிட்டேன். நள்ளிரவில் எனக்கு அடிவயிறு வலிக்கத் தொடங்கியது. எப்போதும் இரவில் சிறுநீர் கழிக்க பெரியப்பாவே என்னை வெளியில் அழைத்துச் செல்வார். தனியே செல்லும் பயத்தில் அவருடன் பேசிவிடுவோமென்றே கண்விழித்தேன். ஆனால் படுக்கையில் அவரைக் காணவில்லை. பெரியம்மா மட்டும் என்னருகில் உறங்கிக் கொண்டிருந்தாள். திண்ணையில் விளக்கெரிந்தது. திண்ணையை ஒட்டிய எங்கள் வீட்டுச் சுவரானது இலைகளுடன் கூடிய பூவலங்காரம் போல்

தோற்றம் தருமாறு கட்டப்பட்டிருக்கும். வராந்தாவிற்குள் வெளிச்சமும் காற்றோட்டமும் வருவதற்கான ஏற்பாடு அது. நான் எழுந்து சென்று அச்சுவரின் துளைகள் வழியே அவர் என்ன செய்கிறார் எனப் பார்த்தேன். எனது உறக்கச் சடைவில் அவர் கையில் பஞ்சைப் பிய்த்து வைத்திருப்பது போல் தெரிந்தது. பிறகு தான் அது கடையில் தேநீரில் நனைத்து உண்ணும் தேங்காய் பன் எனப் புரிந்தது. அவர் ஓட்டுக் கூரையிலிருந்து ஒரு டப்பாவை வெளியிலெடுத்தார். அதிலிருந்து ஒரு தேக்கரண்டி அளவு குருணை மருந்துகளை அருகிலிருந்த காகிதத்தில் கொட்டி அதன் மேலே அவர் சீனிப்பாகை ஊற்றினார். பின் அவற்றை பன்னுக்குள் நுழைத்து வைத்தார். நான் அப்போது ஏதோ பெரிய தைரியசாலியைப் போல் வெளியில் சென்று ஆடாதொடை வேலியருகே சிறுநீர் கழித்துவிட்டு வந்தேன். என்னை அவர் அமைதியாய்ப் பார்த்துக் கொண்டிருந்தார். நான் அவர் அங்கு இருப்பதையேக் கவனிக்காதவன் போல் முகத்தை வைத்துக் கொண்டு வீட்டிற்குள் சென்றேன்.

மறுநாள் காலையில் பெரியப்பாவுடன் செல்ல ஆயத்தமாய் சைக்கிள் அருகே நின்றிருந்தேன். என் முடிவை மாற்ற முடியாதெனப் பெரியம்மாவும் எதிர்ப்புத் தெரிவிக்கவில்லை. பெரியப்பா வீட்டினுள்ளிலிருந்து ஒரு பிளாஸ்டிக் கவருக்குள் தேங்காய் பன்னை எடுத்து வந்தார். நான் அவரைக் கவனிக்காதவன் போல் பார்வையை வேறுபக்கம் திருப்பியிருந்தேன். அவர் தனது இடுப்பு வேட்டி மடிப்புக்குள் தேங்காய் பன்னைச் சொருகினார். பின் நாங்கள் இருவரும் நேற்றைய மௌனப் போரை அன்றைய விடியலிலும் தொடர்ந்தோம். எப்போதும் போல தேத்தாம்பட்டி நாயின் துரத்தலில் இருந்து தப்பிச் சென்றோம். அன்று பால் எடுத்து வரச் சற்றுத் தாமதமானது. மூன்று மணிக்கே கறவையைத் தொடங்கும் கோனாரின் மனைவி அன்று அரை மணி நேரம் பிந்திவிட்டதென வருத்தம் தெரிவித்தாள். பால்கேனோடு திரும்புகையில் பெரியப்பா வேட்டி மடிப்பிற்குள்ளிலிருந்த தேங்காய் பன்னை கையில் வைத்துக் கொண்டு சைக்கிளை ஓட்டினார். விடியலுக்கான அறிகுறிகள் தெரியத் தொடங்கின. தூரத்தில் எங்கள் மீது பாய்வதற்காய் தேத்தாம்பட்டி நாய் காத்திருந்தது. பெரியப்பா அதற்கு மூன்றடி முன்பே யதேச்சையாய் கீழே விழுந்ததைப்

போல் தேங்காய் பன்னை நழுவ விட்டார். ஆனால் அதற்கு நாங்களே இலக்கு. மூர்க்கமாய் வழக்கம் போல் துரத்தத் தொடங்கியது. பெரியப்பா விறகு பிளப்பவரைப் போல் ஓசையெழுப்பியவாறு இருக்கையிலிருந்து எழுந்தவாறு சைக்கிளை விரட்டிச் சென்றார். நான் சைக்கிள் வேகமெடுத்துப் பாய்கையில் பெரியப்பாவின் மீதான கோவத்தை மறந்து உற்சாகமாய் கூச்சலிட்டேன். நாயின் எல்லையைத் தாண்டியதும் அது துரத்தலை நிறுத்தியது. சைக்கிள் வளைவில் திரும்புகையில் புன்னகையுடன் நாயைக் கவனித்தேன். தொலைவில் தேங்காய் பன்னிருந்த பிளாஸ்டிக் கவரை பாவாடை சட்டையணிந்த சிறுமியொருத்தி எடுத்துச் செல்வது தெரிந்தது.

அன்று பெரியப்பாவால் எந்த வேலையையும் கவனத்துடன் செய்யமுடியவில்லை. மாலை நான்கு மணியளவில் அவர் என்னிடம் வீட்டிலிருந்து பெரியம்மாவை அழைத்துவரச் சொன்னார். நான் பெரியப்பா முதலில் பேசிய உற்சாகத்தில் பெரியம்மாவை அழைத்து வந்தேன். எனது மகிழ்ச்சியைப் பார்த்து “என்ன அப்பனும் மகனும் சேக்காளியாயிட்டீகளா” எனக் கேட்டவாறு வந்தாள். நாங்கள் கடைக்கு வருவதற்குள் பெரியப்பா சைக்கிளைக் கிளப்பியிருந்தார். நான் ஓடிச் சென்று சைக்கிள் கேரியரில் அமர்ந்தேன். வழக்கத்திற்கு மாறாய் பெரியப்பா சற்று தடுமாறினார்.

தேத்தாம்பட்டியை நெருங்க நெருங்க பறையோசை அதிகரித்தது. நான் சைக்கிளில் அமர்ந்தவாறே நடனமாடி வந்தேன். பெரியப்பாவால் சைக்கிளைக் கட்டுக்குள் வைத்திருக்க முடியவில்லை. ஏதோ கழுத்துப் பட்டை அணிந்த வேட்டை நாயின் இழுவைக்கு உடன் செல்பவரைப் போல் வண்டியை அலைக்கழித்தார். அவர் தேத்தாம்பட்டி வளைவில் திரும்புகையில் சட்டென்று வண்டியை நிறுத்தினார். எந்தப் பிடிமானமும் இல்லாதிருந்த நான் சைக்கிளிலிருந்து விழப்போனேன். பெரியப்பாவின் கண்கள் எங்கோ தொலைவில் நிலைத்திருந்தன. நான் எழுந்து சைக்கிள் கேரியரில் வலது காலை ஊன்றி அவரது இடது தோள் பட்டையில் என் தாடையை வைத்து அவரின் பார்வையின் திசையை அனுமானித்தேன். எங்களை நாய் துரத்தும் வீட்டீல் ஏதோ பெரிய காரியம்.

சட்டையணியாமல் வேட்டி மட்டும் அணிந்தவாறு இடுப்பில் துண்டைச் சுற்றிய கரிய உடல்கள். பறையோசையைத் தாண்டி அழுகையொலிகள் தற்போது கேட்டன. கொஞ்ச நேரத்தில் பாடையைத் தூக்கினார்கள். அப்போது அழுகை உச்சத்தை எட்டியது. தீவட்டியைச் சுமந்து வருபவர் உடலெங்கும் மயிரடர்ந்திருந்தது. எனது உதடுகள் கரடி மாமா எங்க போறீங்க? பாடலை முணுமுணுத்துக் கொண்டிருந்தது. பாடையைத் தோளில் சுமந்தவர்கள் சற்று துரிதமாய் நடந்து வந்தனர். கொத்தமங்கலம் தாத்தாவின் பாடையைச் சுமந்தவர்களைப் போல் அவர்கள் தடுமாறவில்லை. அருகில் வரும் போது தான் கவனித்தேன். பாடையில் இருந்தது ஒரு சிறுமியின் சடலம். எனக்கேதோ புரிந்தது.

எங்களுக்கு அருகே பாடையை நிறுத்தி மூன்று முறை சுற்றினார்கள். பெரியப்பா சைக்கிளை ஓரமாய் நிறுத்திவிட்டு கூட்டத்திலிருந்த ஒருவரிடம் சென்று பேசினார். திரும்பி வருகையில் அவர் முகம் இருளடைந்திருந்தது. அப்போது சவ ஊர்வலம் இம்னாம்பட்டி சாலையில் தொடர்ந்தது. உடலிலிருந்து சேலை நழுவும் பிரக்ஞையின்றி அழுது புரண்ட சிறுமியின் அம்மா “என் புள்ளய எங்கிட்ட குடுத்துருங்க” என மீண்டும் மீண்டும் ஓலமிட்டாள். சுற்றியிருந்த பெண்கள் அவளை இறுக்கிப் பிடித்திருந்தனர். அதையும் மீறி அவள் திமிறிக் கொண்டிருந்தாள். அப்போது தான் அருகே அவர்களது நாயைக் கவனித்தேன். அது பெரியப்பாவைக் கூர்ந்து அவதானித்துக் கொண்டிருந்தது. அதன் கண்களில் எச்சரிக்கும் மூர்க்கமில்லை. எதையோ கேட்க நினைப்பவனின் சாயல். பெரியப்பா அதை எதிர்கொள்ள முடியாமல் தடுமாறினார். நாங்கள் திருவரங்குளத்திற்கான சாலையில் சைக்கிளைத் தள்ளிச் சென்றோம். பெரியப்பாவின் துயர்நிழலாய்த் தேத்தாம்பட்டி நாய் அவரைப் பின்தொடர்ந்தது.

அன்றிரவு அடிவயிறு வலித்துக் கண்விழித்தேன். அருகே படுக்கையில் பெரியப்பாவைக் காணவில்லை. நான் மெதுவாக எழுந்து சென்று சுவரின் துளைகள் வழியே பார்த்தேன். திண்ணையில் அமர்ந்திருந்த பெரியப்பா ஏதேதோ புரியாத சொற்களைச் சொல்லிப் புலம்பியவாறு விசும்பிக்

கொண்டிருந்தார். தொலைவில் தெருநாய்களின் ஊளைச் சத்தங்கள் கேட்டன. பெரியப்பாவுக்கு எதிரே தேத்தாம்பட்டி நாய் அனைத்தையும் அறிந்தது போல் நின்றிருந்தது. அதன் கருமணிகள் பெரியப்பாவின் திசையில் இடப்புறமாய் அசைந்தன. அவருக்குப் பின்பு வராந்தாவில் நின்றிருந்த என்னில் நிலைத்த அதன் கூர்விழிகள் என் முதுகுத்தண்டைச் சில்லிடச் செய்தன. நான் ஓசையெழாமல் மீண்டும் படுக்கைக்குத் திரும்பினேன். காலையில் பெரியம்மா என்னை ஏசும் சத்தம் கேட்டு கண்விழித்தேன். இரவு படுக்கையில் சிறுநீர் கழித்திருந்ததற்கான வசவுகள் வீடெங்கும் நிறைந்திருந்தன. அருகில் பெரியப்பா விடிந்தும் உறங்கிக் கொண்டிருந்தார். அவர் உடல் அனலாய் கொதித்துக் கொண்டிருந்தது.

மூன்றாம் நாள் மாலை அவருக்குக் காய்ச்சல் விட்டிருந்தது. படுக்கையிலிருந்து எழுந்து அமர்ந்தவர் என்னிடம் "தம்பு தண்ணி கொண்டு வாடா" என்றார். பெரியம்மா தேநீர் கடையிலிருந்து வீடு திரும்பியிருக்கவில்லை. ஒரு மிடறு நீரருந்தியவர் "தம்பு இன்னும் கொஞ்சம் வெது வெதுன்னு கொண்டு வாடா" என்றார். நான் அடுக்களைக்குச் சென்று பாத்திரத்தில் நீரூற்றி அடுப்பில் சுள்ளிகளைப் போட்டுத் தீ மூட்டினேன். பின்பு வெந்நீரை ஆற்றியவாறு திரும்ப படுக்கையில் பெரியப்பாவைக் காணவில்லை. திண்ணையும் வெறிச்சோடிக் கிடந்தது. வீட்டிற்கு எதிரே பொழுதும் நின்றிருந்த தேத்தாம்பட்டி நாயையும் காணாது எனக்கேதோ உறுத்தலாய் இருந்தது. பிறகு தான் பெரியப்பா சைக்கிளை எடுத்துச் சென்றிருப்பதை அறிந்து மண்சாலையில் சக்கரத்தின் தடத்தைப் பின்பற்றி ஓடினேன். அத்தடம் கொல்லைக்கு என்னை அழைத்துச் சென்றது.

பலாமரத்தின் கீழே பெரியப்பா சைக்கிளை நிறுத்தியிருந்தார். நான் காட்டாமணக்கு வேலியோரம் நின்று அவர் என்ன செய்கிறார் எனப் பார்த்திருந்தேன். அவர் தனது சைக்கிள் கேரியரில் பால் கேனிற்காய் எப்போதும் கட்டப்பட்டிருக்கும் கயிற்றை சிரமப்பட்டு அவிழ்த்தார். பின் கயிற்றைத் துண்டைப் போல் தோளில் போட்டவாறு சைக்கிள் கேரியரில் ஏறி பலாமரத்தின் மேற்குக் கிளையைப் பற்றினார். அக்கிளையிலிருந்த

பலாமூசுகளை நேற்றுதான் பெரியம்மா பறித்து ஏலக்கடையில் போட்டு வந்தாள். அதற்கும் மேல் நடு மரத்தில் ஒரு பலாக்காய் முள் விரிந்திருந்தது. பெரியப்பா மேற்குக் கிளையில் ஏறி அப்பலாக் காயைக் கயிறு கட்டி இறக்கவிருக்கிறார் என நினைத்திருந்தேன். ஆனால் அவர் விநோதமாய் மேற்குக் கிளையில் கயிற்றைக் கட்டினார். அவர் அரிவாள் எடுத்து வராதது அப்போது தான் மின்னலென என மனதில் உதித்தது. நான் மேலும் யோசித்திராமல் காட்டாமணக்கு வேலியைத் தாண்டிக் குதித்தேன். அவ்விடமெங்கும் படர்ந்திருந்த செந்தட்டிச் செடிகளில் விழுந்து புரண்டு பெரியப்பாவை நோக்கி ஓடினேன். அவர் அதற்குள் சுருக்கைத் தயார் செய்து கழுத்தில் மாட்டியிருந்தார். நான் அருகில் செல்வதற்குள் அவர் சைக்கிளை எத்திவிட்டார். சட்டென்று கீழிறங்கிய பெரியப்பாவின் கால்கள் அந்தரத்தை உதைக்கத் தொடங்கின. நான் பாய்ந்து அக்கால்களை பற்றித் தூக்கினேன். அவரின் சுமையை என்னால் தாளமுடியவில்லை. அச்சுமை என் நெஞ்சுக் குழிக்குள் யாரோ என்னை ஏறி மிதிப்பது போல் இருந்தது. பெரியப்பாவின் செம்மண் ஏறிய பாதங்களுக்கும் நிலத்திற்கும் மூன்றடி இடைவெளி இருந்தது. என்னால் வெகு நேரம் அவரைக் கைகளால் சுமக்க முடியாதெனப் புரிந்தது. அவர் ஏதேதோ விநோதமான ஓசைகளை எழுப்பிக் கொண்டிருந்தார். நான் அவரது கால்களைத் தூக்கியவாறு அவற்றுக்கிடையே என் தலையை நுழைத்து மெள்ள முழங்காலிட்டேன். பின் அப்பாதங்களை என் தோள்களின் மேல் ஊன்றச் செய்தேன். பிறகு தான் என்னால் சீராய் சுவாசிக்க முடிந்தது. பின் உதவிக்காய் நான் அழைத்ததற்கு அங்கே எதிர்வினையாற்ற யாருமில்லை. நான் அழைத்து அழைத்துச் சோர்ந்து போனேன். எனது நாவும் தொண்டையும் வறண்டு போய் மேற்கொண்டு பேசுவதற்கே இயலாததைப் போல் ஆனது. மறைந்த மாலை வெளிச்சத்தோடு உதவி கோரிய என்அழைப்புகளும் நின்று போயின.

இரவில் சில்வண்டுகளின் ரீங்காரமும் மயில்களின் அகவலோசைகளும் முந்திரிக் கொல்லையைக் காடாய் உருமாற்றியிருந்தது. முந்திரிச் சருகுகளில் அரணைகள் ஊர்ந்தோடும் ஓசைகள் கொலுசொலிகளாய்ப் பிரமை காட்டின.

செந்தட்டியால் தீண்டப்பட்டிருந்த என் உடலோ மிளகாய்ப் பொடியில் உருண்டு எழுந்ததைப் போல் அனலாய் எரிந்தது. பெரியப்பா உதடுகள் சில சொற்களை உச்சரித்தன. ஆனால் அவை சில்வண்டுகளின் ஓசைகளைத் தாண்டி என் செவிகளில் விழவில்லை. நான் என் அகத்தைக் கூர்மையாக்கி அவர் சொல்வதைக் கவனித்தேன். அவர் "நீ போயிருடா தம்பு" என்பதையே மீண்டும் மீண்டும் சொல்லிக் கொண்டிருந்தார்.

எவ்வளவு நேரம் கடந்து சென்றதெனத் தெரியவில்லை. செம்மண் துகள்கள் என் முழங்கால் தோலைத் துளைத்து முட்டியெலும்பை அருவிக் கொண்டிருந்தது. பலாமரத்திலிருந்து கயிற்றின் வழி பெரியப்பா மீதிறங்கிய சுளுக்கிகள் என் செவி மடலுக்கு அருகே ஊர்ந்திறங்கி பூவரச மரத்திற்குச் சென்றன. என் தோள்பட்டையை அழுத்திய சுமையால் என் இரு கைகளையும் ஏதோ மரக்கட்டையைப் போல் உணரத் தொடங்கினேன். பெரியப்பா மீண்டும் "நீ போயிருடா தம்பு" என ஆரம்பித்தார். நான் சிரமப்பட்டு அழுகையை அடக்கிக் கொண்டேன்.

நிலவொளி உச்சியிலிருந்து இறங்கத் தொடங்கியது. அது கூடவே சில்லென்று பனிக்காற்றையும் அழைத்து வந்தது. அப்படியொரு குளிரை அதுநாள்வரை என் உடல் அறிந்திருக்கவில்லை. நிலவொளியில் முந்திரி மரங்கள் பெரும் பூதகணங்களாய் எனக்குக் காட்சியளித்தன. வலியும் உறக்கமும் கடுங்குளிரும் என் மனதிடத்தைத் தளர்த்தின. நான் ஓசையெழாமல் அழுது கொண்டிருந்தேன். அப்போது முந்திரிச் சருகுகளுக்குள் யாரோ நடமாடும் ஓசைகள் கேட்டன. அந்நிலையிலும் பெரியப்பா உடனிருப்பது சற்று தைரியத்தைக் கொடுத்தது. முந்திரியில் பருவம் தவறிய கொடைப் பூக்களுக்கு அருகே நிலவொளியில் ஒளிரும் இரண்டு கண்களை கவனித்தேன். அது எதுவெனப் புரிந்தது. தேத்தாம்பட்டி நாய் தரையோடு படர்ந்திருந்த முந்திரி கிளைகளினூடாய் வெளிவந்தது. நான் பெரியப்பாவின் கால்களை இறுகப் பற்றினேன். அது மெதுவாய் என்னை இருமுறைச் சுற்றிவிட்டு மெள்ள அருகில் வந்தது. நான் அச்சத்தில் கண்களை மூடிக் கொண்டேன். ஆனால் அது என் செவி மடல்களையும் தாடையையும் தன் முகத்தால்

ஸ்பரிசித்தது. அது ஆதிமனிதனைத் தோழனாக்கிய அதன் மூதாதையரின் ஸ்பரிசம். பின் குளிரில் நடுங்கிய என்னைத் தன் உடலால் உரசி என் உடற்சூட்டை அதிகரித்தது. நான் அச்சம் நீங்கி இமைகளைத் திறந்தேன். அது கண்ணீர் வழிந்த என் கன்னங்களைத் தன் நாவால் துடைத்தது. நான் பெரியப்பாவின் கால்களை இறுகப் பற்றியிருந்ததால் அவரது வேட்டி இடுப்பிலிருந்து நழுவிக் கீழே விழுந்தது. தேத்தாம்பட்டி நாயோ அவ்வேட்டியைக் கவ்விக் கொண்டு ஊரை நோக்கி ஓடியது.

நைனாரியும் பதின் கரைகளும்

அப்பொழுதெல்லாம் நைனாரி குளக்கரைப் புளியமரங்களில் ஏதேனுமொன்றுதான் எங்கள் பகல்நேர வாழ்விடம். இன்று சிதைந்த படித்துறைகளும் சீமைக்கருவேலம் புதர்களுமாய் காட்சியளிக்கும் நைனாரி உயிர்ப்போடிருந்த காலகட்டமது. நானும் ஜான்போஸ்கோவும் புளியம்பிஞ்சுகளின் சுவையில் மயங்கிக் கிடந்த அக்காலை வேளையில் சிலசமயம் கொழுந்திலைகளையும் ஆட்டுக்கிடாய்களைப் போல் மேய்ந்தவாறிருந்தோம். புளிப்பினால் உண்டான கூச்சம் குளிரில் நடுங்குபவர்களைப் போல் எங்கள் முழு உடலையும் அவ்வப்போது சிலிர்க்கச் செய்தது.

நைனாரியில் நீராடிய மனிதர்கள் கிளம்பி விட்டதால் தண்ணீர்ப் பாம்புகள் கரையோரம் நீந்தத் துவங்கின. யாரோ துணி வெளுக்கும் ஓசை மட்டும். அவ்வோசைக்கு ஒத்திசைவாக வரதன் எனும் வரதராஜன் ஏதோ ஊசித்தட்டான் உயரே பறக்க எத்தனிப்பதைப் போல் படிகளில் தாவி ஏறிக்கொண்டிருந்தார். எப்போதும் நடன அசைவுகளாய் இயங்கும் கால்கள் அவருடையவை. குளத்திற்குள் இறங்காமல் வேப்பங்குச்சியின் கசப்பை முகச்சுளிப்புடன் உமிழ்ந்தவர் தென்கரை புளியமரத்தின் மீதிருந்த எங்களைக் கவனிக்கவில்லை. பின் நீராட படித்துறையில் இறங்கியவரின் முகத்தில் தனது அருகாமை படித்துறையில் எதையோ கண்டதன் திகைப்பு. அப்பொழுது துணி வெளுக்கும் ஓசை ஓய்ந்திருந்தது. எங்களுக்கு அப்படித்துறையில் என்ன நிகழ்கிறதெனத் தெரியவில்லை. உலகின் மொத்தக் கள்ளத்தனங்களையும் செய்யத் தயாரான மனிதனாய் வரதன் குளத்தின் நான்கு கரைகளையும் நான்கு மூலைகளையும், ஏதோ தான் முழு உடலும் கண்களால் ஆனவன் என்பதைப் போல் சுழன்றபடி கவனமாய் ஆராய்ந்தார். பின் சட்டையை கழற்றி அருகில் வைத்துவிட்டு உள்ளங்கையில் நீரை அள்ளித் தலையில் ஊற்றி, குளித்தபின் தலை துவட்டுபவனைப் போல் பாவனை செய்ய ஆரம்பித்தார். நாங்கள் ஓசையெழுப்பாமல் புளியமரத்திலிருந்து

கீழிறங்கினோம். அடுத்த படித்துறையில் நீரின் சலசலப்புக் கேட்டு அடங்கிய திசையில் எட்டிப்பார்த்தோம். சரஸ்வதி அக்காள் பாவாடைக்குள் கொங்கைகள் திமிற தன் புறங்கையால் முதுகு தேய்த்துக் கொண்டிருந்தாள். வரதன் பிளந்த வாயை மூடாமல் மீண்டும் நீரைத் தலையில் ஊற்றித் துவட்டினார். ஜான் மெதுவாக ''வரதண்ணே'' என்றான். உடல் அதிரத் திரும்பியவர் எங்களைப் பார்த்ததும் மனம் நொந்தவராய் ''சே என்ன பண்ணாலும் கண்டுபுடிச்சுப்புடுறாங்கப்பா'' என்றார். அப்பொழுது நைனாரிக்கும் எங்களுக்கும் வரதனுக்கும் உருவான ஒரு பந்தத்தை உங்களுக்குச் சொல்கிறேன்.

வரதண்ணனுக்குச் சரஸ்வதி மீது பிரியம். அப்பிரியத்திற்கு மறுமொழியாய் சரஸ்வதியும் சிறு புன்னகையை ஒப்புதலாய் அளித்துச் செல்வாள். அவர்களின் அந்நேசத்தை சரஸ்வதியின் கணவரும் அறிந்திருந்தார்.

ஐயனார்புரம் முதல் தெரு நுழைவிலுள்ள பாலக்கட்டையில் மாலை நேரத்தில் கூடும் இளைஞர்கள் அனைவரும் ஐயனார்புரத்தைச் சேர்ந்தவர்களல்ல. அவர்களில் பெரும்பான்மையோர் எப்போதாவது ஐயனார்புரவாசிகளாய் இருந்திருப்பர். தெருவுடனான தங்களது தொடர்பை இதுவரை யாரும் துண்டித்துக்கொண்டதில்லை. நாங்கள் பேச்சு சுவாரசியத்தில் பெரும்பாலும் தெருவின் ஆள்நடமாட்டங்களைக் கவனிப்பதில்லை. ஒருவேளை தெருவிளக்குகள் வருடத்திற்கு ஒருசில நாட்கள் மட்டும் ஒளிர்ந்ததுகூட அதற்குக் காரணமாய் இருக்கலாம். ஆனால் பெண்பிள்ளைகளைப் பெற்றவர்கள் எப்போதும் எங்களை விரோதத்துடனே அணுகுவர். எங்களைக் கண்டிக்குமாறு முறைவைத்து கணேஷ்நகர் காவல் நிலையத்திற்குத் தொலைபேசி அழைப்புகளை விடுப்பர். வாரத்திற்கு ஓரிருமுறை கடமையாற்றவரும் காவல்துறையின் ரோந்து வாகனத்தைக் காணும் முதல் ஆள் போலீஸ் எனக் கத்திவிட்டு நைனாரியை நோக்கி ஓட்டமெடுப்பான். நாங்கள் அனைவரும் அவனைப் பின்தொடர்ந்து ஓடுவோம். ஒருசிலரின் கால்கள் நைனாரிக் கரையின் மீதேறி புதுக்குளத்தை நோக்கிப் பாயும். வேறுசிலர் வலது வரிசைக் குடியிருப்பின் சந்துகளில் ஏதேனும் ஒன்றில் நுழைந்து இரண்டாம் வீதியில் தஞ்சமடைவர்.

நாங்களோ இடப்புறமுள்ள பி.யு.சின்னப்பா அக்காள் வீட்டுச் சந்தின் வழி ஓடி மாதா கோயில் மாலைநேரத் திருப்பலியில் ஆமென் சொல்லிக் கொண்டிருப்போம்.

அந்நாட்களில் எங்களுக்குச் சிம்மசொப்பனமாய் திகழ்ந்தவர் நரிஏட்டு. அவரின் உண்மையான பெயர் யாருக்கும் தெரிந்திருக்கவில்லை. நரிஏட்டின் பெயருக்குக் காரணம் குற்றவாளிகளை பிடிக்க அவர் கையாளும் தந்திரங்களினால் என்றும் அவரிடம் அறை வாங்கியவர்களின் செவிகளில் நரியின் ஊளைச் சத்தம் விடாது ஒலிப்பதால் என்றும் இருவிதமான கருதுகோள்கள் ஐயனார்புரத்தில் நிலவின. ரோந்து வாகனத்தில் நரிஏட்டு வந்திருந்தால் கண்டிப்பாய் ஒருவராவது சிக்குவர். நரிஏட்டிடம் மாட்டுபவர்களின் செவிகளில் அன்று ஊளைச் சத்தம்தான். அன்றிலிருந்து ஒருவாரமாவது அறை வாங்கியவரைத் தெருப்பக்கம் காண முடியாது. ஏனெனில் வரதன் இயக்கவிருக்கும் திரைப்படங்களில் கதாநாயகனாய் இருப்பது அவ்வளவு சுலபமல்ல. கதாநாயகி அந்தோணியார் கோயிலுக்கு வெளியே எப்போதும் போவார் வருவோரைக் கெட்ட வார்த்தைகளால் அர்ச்சனை செய்யும் செல்லாயிக்கிழவி தான். அக்கதாநாயகன் அநியாயங்களைப் புரியும் காவல்துறையினரைத் தீர்த்துக் கட்டும் ரகசியக் கொலையாளியாய் இருப்பான். அவன் ரகசியத்தை அறிய நேரும் கதாநாயகியிடம் காவலர்களிடம் அறை வாங்கிய நிகழ்வு ஃப்ளாஸ்பேக்காக துயர இசையுடன் சொல்லப்படும்.

வரதனுடன் இருப்பது எப்போதும் திகைப்பூட்டக் கூடியது. ஏனெனில் யாரும் எதிர்பாரா நேரங்களில் ஏதேனுமொன்று கண்டிப்பாய் நிகழும். நைனாரியில் சுவாரசியமாய் ஒரு கதையைச் சொல்லிச் சிரிக்க வைத்துவிட்டு குளத்திற்குள் இறங்குவார். சிரிப்பின் உச்சத்தில் விலாவைப் பிடித்திருப்பவனின் கழுத்தில் தண்ணீர்ப் பாம்பு மாலையாய் விழுந்து நெளியும். நாம் அலறி ஓடிக்கொண்டிருப்போம். வரதன் தனியாளாய் நாங்கள் ஓடுவதை ஏளனம் செய்து கொண்டிருப்பார்.

நான் எனது பேச்சுக்களில் வரதனையே நகலெடுப்பேன். ஆனால் வரதனின் உடல்மொழியை நகலெடுப்பது சாத்தியமாகக் கூடியதல்ல. ஒருமுறை வரதன் நெற்றியில் குருதிக் கறையுடன்

கூடிய பெரிய பிளாஸ்திரியுடன் வந்தார். ஐயனார்புரத்திற்கும் காமராஜபுரத்திற்கும் தகராறுகள் நிகழ்ந்த காலகட்டமது. நாங்கள் பதைபதைத்து என்ன நிகழ்ந்ததெனக் கேட்டோம். சற்று நேரம் அமைதியாய் ஆகாயத்தை நோக்கி விட்டு என்னிடம் "சம்பவம் செய்யப் பாத்தாங்க தம்பியான்" என்றார். நான் உடல் முறுக்கேற "யாரு? எப்படி?" என்றேன். வரதன் வெகு இயல்பாக "ஜட்டி மாட்டும் போது கால் இடறிக் கட்டில் கால் மேல விழுந்துட்டேன்" என்றார்.

ஞாயிற்றுக்கிழமை மதியங்களில் அரிமளம் காட்டிற்கு எங்களை வேட்டைக்கு அழைத்துச் செல்லும் மருத்துவர் பாலமுருகன் எனும் முன்னாள் ஐயனார்புரவாசியைப் பற்றிச் சொல்லியாக வேண்டும். மேல்கவசமில்லா அவரது ஜீப்பில் நின்றவாறு பயணிக்கும் நாங்கள் ஆளுக்கு ஐந்து நிமிடங்களென முறைவைத்து அவரது துப்பாக்கியை தலைக்கு மேல் உயர்த்தியவாறு "ரம்பா ரம்பா ரம்பாதான் ரம்பா பொண்ணு சம்பாதான்" எனக் கூச்சலிடுவோம். தவிட்டுக் குருவியிலிருந்து தென்திசைக் குமரியில் நீராடி வடதிசையில் சத்திமுத்திப் புலவரின் மனைவிக்குச் சேதி சொல்லச் செல்லும் செங்கால் நாரை வரை அவர் ருசிக்காத பறவைகள் ஏதேனும் இருக்குமா எனத் தெரியவில்லை. வீச்சமெடுக்கும் சில வலசைப் பறவைகளின் இறைச்சிக்கும் ஒரு சமையல் பக்குவம் சொல்லுவார். அவரால் சுடப்படும் ஒவ்வொரு பறவையின் உயிரியல் பெயரையும் எங்களுக்கு சொல்லித் தருவார். நாங்கள் அதுதான் இதுவா என்பதைப் போன்று தலையசைப்போம். மாலை மயங்கியபின் முயல் வேட்டை முடிந்து வீடு திரும்பப் பதினொன்றாகி விடும். அதன் பிறகுதான் சமையல் சாப்பாடு எல்லாம்.

அன்றைய மாலையில் அப்பழந்தின்னி வௌவாலை முதலில் பார்த்தது நாகு அண்ணன்தான். அதற்குமுன் பழந்தின்னி வௌவால் நரிக்குறவர்களால் சிலமுறை உண்ணக் கிடைத்துள்ளது. அவர்களின் வேட்டை முறை விசித்திரமானது. தங்களைக் கடந்து செல்லும் பழந்தின்னி வௌவாலை அவர்கள் துரத்திச் செல்வதில்லை. ஒரு விசித்திரமான ஒலியெழுப்பி அதைத் தங்களை நோக்கி வரச்செய்து சுட்டு

வீழ்த்துவர். ஐந்து ரூபாய் கொடுத்தால் போதும். புதுக்கோட்டை கலெக்டர் கேம்ப் அலுவலகத்திலுள்ள ஆலமரமே அவற்றின் பிராதான வசிப்பிடம். மாலை நேரத்தில் இரைதேடக் கிளம்பும் அவற்றிலொன்று ஐயனார்புர நடுத்தெரு அரசமரத்தில் வந்தமர்ந்தது. நாகு ஃபோன் பூத்திலிருந்து மருத்துவருக்குத் தகவலைச் சொன்னார். அது நோயாளிகள் நிறைந்திருக்கும் நேரம். மருத்துவர் காத்திருக்கும் நோயாளிகளிடம் “ஒரு சீரியஸ் கேசு அரைமணி நேரத்துல வந்துருவேன் எங்கயும் போயிராதிக” என போன் ரிசீவரைக் கூட வைக்காமல் பேசியது எங்களுக்கும் கேட்டது.

அடுத்த ஐந்தாவது நிமிடத்தில் மருத்துவர் தனது பஜாஜ் எம்.ஐ.டியில் வந்து சேர்ந்தார். பின்னிருக்கையில் துப்பாக்கியைச் சுமந்தவாறு அவரது கம்பவுன்டர் விசு அண்ணன். நாங்கள் மருத்துவரிடம் பழந்தின்னி வெளவாலைக் காட்டினோம். அவர் கண்கள் ஒளிர என்னை நோக்கி “டிரோபஸ் ஜைஜான்டியஸ்” என்றார். நான் குழப்பமடைந்ததை காட்டிக் கொள்ளாமல் “அதான் சார்” என்றேன். எனக்குப் பின்னே “டுமிக்கோல்” என்று வரதன் எழுப்பிய ஓசையைக் கேட்டுத் திரும்பினேன். வரதன் மருத்துவரின் துப்பாக்கியை வைத்துக் குறிபார்த்துக் கொண்டிருந்தார். ஆனால் அவரது குறி தனது எக்ஸெல் சூப்பருடன் நின்றிருந்த நரிஏட்டை நோக்கியிருந்தது.மீண்டும் “டுமிக்கோல்” என ஓசையெழுப்பிய பின் வரதன் துப்பாக்கிக் குழலின் நுனியில் கட்புலனாகாப் புகையை வாயைக் கோணிக் கொண்டு ஊதினார். ஜான் சிரிப்பை அடக்கியவாறு “அண்ணே சும்மா இரு” என்றான். நரிஏட்டின் இறுகிய முகத்திலிருந்து எதையும் யூகித்தறிய இயலவில்லை. உண்மையில் அன்று நரிஏட்டை நாங்கள் பெரிதாய் பொருட்படுத்தவில்லை. ஏனெனில் துப்பாக்கியைக் கண்டதும் எங்களைச் சுற்றி தெருசனங்கள் எல்லாம் கூடிவிட்டனர்.

ஜான் என்னிடம் “பழந்தின்னி வெளவாலுக்கு நாம தலைகீழாத் தொங்குற மாதிரித் தானே தெரியும்” என்றான். மருத்துவர் தனது துப்பாக்கியில் இரும்புக் குண்டுகளையும் தேங்காய் நாரையும் கரித்தூளையும் இட்டு நிரப்பியவாறு அவற்றின் மந்தமான பார்வைத் திறனைப் பற்றியும் அவையெழுப்பும்

மீயொலிகளைப் பற்றியும் விளக்கினார். பிறகு துப்பாக்கியைப் பின்னோக்கி கொண்டு சென்றவர் மெத்தென்று பின் கட்டை யார் மீதோ மோதியதையும் அதைத் தொடர்ந்து சற்று உரக்கமாய் ஒலித்த சிணுங்கல் ஒலியையும் கேட்டுத் திரும்பினார். சரஸ்வதி அக்காள் வயிற்றைத் தடவியவாறு மருத்துவரை நோக்கிப் புன்னகைத்தாள். சிவபெருமானை நோக்கி அம்பை எய்ய எத்தனிக்கும் குடுமியான்மலை மன்மதன் சிலையைப் போல் விறைப்பாய் நிற்கும் மருத்துவரின் கைகளும் கால்களும் அன்று துப்பாக்கியை ஏந்தி நிற்கையில் லேசாய் நடுங்கின. பழந்தின்னி வெளவால் அமர்ந்திருக்கும் கிளையைக் கூட அவரது குறி எட்டவில்லை. ஒவ்வொரு முறையும் குறி தவறுகையில் சரஸ்வதி அக்காள் அச்சச்சோ எனும் போது மருத்துவர் மேலும் பதற்றமடைந்தார். கூட்டம் சற்று நேரத்திலே அசிரத்தை அடைந்தாலும் யாருக்கும் அவ்விடத்தை விட்டு அகல மனம் வரவில்லை. தள்ளுவண்டியில் நிலக்கடலை விற்பவர் கடையை அங்கேயே நிறுத்திவிட்டார். மருத்துவருக்கு அன்று தன் இலக்கில் மனம் குவியவில்லை. அவர் இவ்வளவு கூட்டத்தை எதிர்பார்த்திருக்கவில்லை. அதோடு சரஸ்வதியின் செல்லச் சிணுங்கல்களும் வேறு சேர்ந்து அவரை இம்சித்தது. மருத்துவரின் வேண்டுதலுக்கு செவிமடுத்ததைப் போல பழந்தின்னி வெளவால் சற்று பறந்து வெறும் இருபதடி உயரத்தில் ஒருகிளையின் மேலாகவே அமர்ந்தது. இம்முறை கண்டிப்பாய் அதை வீழ்த்திவிடுவார் என்று எல்லோரும் எதிர்பார்த்தோம். நான் கூட்டத்தில் ஒருமுறை பார்வையைச் சுழலவிட்டேன். வரதனும் சந்துருவும் சரஸ்வதியின் கவனத்தைக் கவரக் குட்டிக்கரணம் அடிக்காத குறையாய் நின்றிருந்தார்கள். சரஸ்வதியின் கணவரோ நரிஏட்டிடம் ஏதோ விளக்கிக் கொண்டிருந்தார்.

இம்முறை துப்பாக்கி சுடும் ஓசையைத் தொடர்ந்து "அட என்னப்பா" என மொத்தக் கூட்டமும் அலுத்துக் கொண்டது. வறுத்த கடலை விற்பவர் தனது தள்ளு வண்டியில் சுவாரசியமாய் வியாபாரத்தைத் தொடர்ந்தார். பழந்தின்னி வெளவால் தனது இறக்கைகளை நன்றாக விரித்து உடலை எங்களுக்குக் காட்டியது. "சார் அதுவே ஹேண்ட்ஸ் அப் சொன்ன மாதிரி எல்லாத்தையும் தூக்கிகிட்டு நெஞ்சக் காட்டி நிக்கிது இந்த

வாட்டி விட்டுறாதிக'' என்றார் வரதன். அம்முறையும் குண்டுகள் அரசமர இலைகளைத்தான் துளைத்துச் சென்றன. எங்களை விரக்தியுடன் திரும்பி நோக்கியவரைப் பார்க்கையில் பள்ளி பேச்சுப் போட்டியில் மேடையேறிய குழந்தைகள் மனனம் செய்த அனைத்தையும் மறந்துவிட்டு விழிப்பதைப் போன்றிருந்தது. துப்பாக்கியில்தான் ஏதோ கோளாறு என்பதைப் போன்று சற்று நேரம் அதை ஆராய்ந்த பின் ''நாம இன்னொரு நாள் பாத்திக்கிடுவோம் நாகு'' என மருத்துவர் கிளம்பி விட்டார்.

அந்நாட்களில் சந்துரு அண்ணனுக்கு இருப்புக் கொள்ளவில்லை. அவர் எங்கிருந்தோ ஒரு துப்பாக்கியை வாங்கி விட்டார். அதை சரஸ்வதி வாசலில் நிற்கும் நேரமாகப் பார்த்துத் தெருவிற்குப் பிரகடனப்படுத்தினார். எங்கள் அனைவருக்கும் அவர் எதற்காகத் துப்பாக்கி வாங்கியிருக்கிறார் எனத் தெரிந்திருந்தாலும் எங்களுக்கான துப்பாக்கியாக அதை வரித்துக் கொண்டோம். வரதராஜன் மட்டும் சற்று எரிச்சலாக இருந்தார். சிலநாட்கள் கழித்து மாலைநேரத்தில் நாங்கள் அமரும் முன்னரே நரிஏட்டும் இன்னொரு காவலரும் சந்துருவைப் பற்றி விசாரித்துக் கொண்டிருந்தார்கள். சந்துருவிற்கும் தெருவினருக்குமான உறவைப் பற்றியும் யாருடனாவது அவருக்குப் பகை எதுவும் உள்ளதா என்பதையும் அறிய முயற்சித்தனர். எங்களைப் பார்த்ததும் தெருக்காரர்கள் ''அதான் சேக்காளிக நிக்குறாங்கலே'' என்றனர். வரதனிடம் சந்துரு எப்படிப்பட்ட ஆளு எனும் ஒரு கேள்வியைத் தான் நரிஏட்டுடன் நின்றிருந்த காவலர் கேட்டார். ''நல்ல ஆளுதான் சார் ஆனா எப்பக் கோவம் வரும்னு தெரியாது. கோவம் வந்தா கையில கெடைக்கிறத விட்டு வீசுவாரு. லவ் ஃபெய்லியர்னால ரெண்டு சூசைட் அட்டெம்ப்ட் வேற. பைப்புல தண்ணி வரும்போது அவரும் குடத்தோட வந்து பொம்பள ஆளுகள்ட கொஞ்சம் தகராறு பண்ணுவாரு எல்லாரையும் சுட்டு பொசுக்கிருவேம்பாரு அதான் இப்ப துப்பாக்கி வேற வாங்கிருக்காருல'' எனச் சொல்லிவிட்டுக் கிளம்பிவிட்டார். நான் ஏன் இப்படிச் சொன்னாரெனப் புரியாமல் விழித்துக் கொண்டிருந்தேன். பிறகு இரண்டு நாட்களில் சந்துருவிற்கு துப்பாக்கி வைத்திருக்கும் உரிமம் மறுக்கப்பட்ட விசயம் தெரியவந்த போதுதான் எனக்கு எல்லாம் புரிந்தது.

அன்றைய நாட்களில் அவர்களின் உலகின் மேல் எங்களுக்குப் பெரிய ஈர்ப்பு இருந்தது. பள்ளி விடுமுறை நாட்களிலும் மாலை வேளைகளிலும் எங்கள் வயதொத்தவர்களுடன் எங்களைக் காணமுடியாது. மேலும் வரதன் தான் என் கதாநாயகன். வரதன் சொல்லும் கதைகளைப் பள்ளியில் அவர் பேசும் தோரணையில் நான் மற்றவர்களிடம் சொல்லிக்கொண்டிருப்பேன். ஆனால் ஜான் அவர்கள் குறித்து ஒருவித எச்சரிக்கையுணர்வுடன் இருப்பான். என்னையும் அவன் சில நேரங்களில் எச்சரிப்பது எனக்கு எரிச்சலையூட்டும். பெற்றோர்களை இழந்து அத்தை வீட்டில் வளர்ந்த அவன் பின்னாளில் பாதிரியாராய் ஆகவிருக்கிறான் என்பதை நான் அப்போது யூகித்திருக்கவில்லை. பதின்ம வயதின் நிலைகொள்ளாமையால் தத்தளித்த நான் புதிதாய்க் கண்டறியும் பெண்ணுடலின் ஈர்ப்புகளையும் தெருவினரின் மர்மங்களையும் ஒருவிதப் புன்னகையுடன் கேட்டுக் கொண்டிருப்பான்.

வரதனின் முயற்சி தற்காலிக வெற்றியே அடைந்தது. சந்துரு விடாப்பிடியாய் தனது அப்பாவின் செல்வாக்கைப் பயன்படுத்தித் துப்பாக்கி உரிமம் பெற்றுவிட்டார். அதன் பிறகு அவர் சுட்டுப் பழகியதெல்லாம் நைனாரிக் கரையில் தான். ஆனால் விரைவிலேயே துப்பாக்கி சுடுவதொன்றும் அவ்வளவு எளிதானதில்லையென்பதை கண்டுகொண்டார். ஆகவே பிறகொரு நாள் கால்களைக் கட்டிய கோழிக் குஞ்சொன்றை எங்கள் கையில் கொடுத்து நைனாரிக்கு அழைத்துச் சென்றார். என்னை மேற்குக்கரை புளியமரத்திலேறி கோழிக்குஞ்சைத் தலைகீழாய் கட்டச் சொல்ல நானும் அவர் சொன்னதைப்போல் செய்துவிட்டுக் கீழிறங்கினேன். கோழிக்குஞ்சு அலகைத் திறந்தவாறு தனது விசையால் இறக்கைகளை அசைத்துத் தலைகீழாய் சுற்றிக் கொண்டிருந்தது. சந்துரு அண்ணன் வெகுநேரம் அதைக் குறிவைத்தார். நாங்கள் சுவாரசியமிழந்து வேறு எதையோ பேச எங்களைக் கோபத்துடன் கடிந்துகொண்டவர் ஜானிடம் “டேய் ஓடிப் போய் வீட்டுல அருவா வாங்கிட்டு வாடா” என்றார். ஜான் வேகமாய் அரிவாளுடன் வந்தான். இம்முறை கையில் அரிவாளைத் தந்து என்னை மரத்திலேறச் சொன்னார். நான் ஏறியதும் கோழிக்குஞ்சு தொங்கிய கிளையின் அடிக் கிளையைக் காட்டி “டேய் அந்த வாதைக் கழிச்சு விடுறா” என்றார். நான்

அவர் சொன்னவாறு செய்துவிட்டுக் கீழிறங்கினேன். பிறகு கோழிக்குஞ்சைக் குறிவைத்தவர் சரியில்லையென்பதைப் போல் தலையசைத்து என்னை மீண்டும் மரத்திலேற்றி, கோழிக்குஞ்சு தொங்கிய கிளையின் மேல் கிளையைக் காட்டி, அதிலிருந்து கீழ்முகமாய் வந்த ஒரு பக்கக் கிளையை கழித்துவிடச் சொன்னார். சற்று அமைதியடைந்த கோழிக்குஞ்சு என்னைக் கண்டதும் இறக்கைகளை அசைத்தவாறு உந்தி மேலெழத் துடித்தது. அப்படியே தலைகீழாய் தொங்கிய கோழிக்குஞ்சை கிளையின் மீது அமர்ந்திருப்பது போல் கட்டச் சொன்னார். நான் இறங்கும்வரை அமைதியாய் நின்றவர் இம்முறை குறி வைக்கும் தோரணையைக் கண்டு கோழிக்குஞ்சை சுட்டுவீழ்த்திவிடுவாரோ என்ற ஐயம் எனக்கும் ஏற்பட்டது. பிறகு நீண்ட நேர அமைதிக்குப் பின் ஒலித்த வெடியோசையைக் கேட்டு கோழிக் குஞ்சு திரும்பிப் பார்த்தது. நான் ஜானைக் கிள்ளி "அண்ணன் பசிக்குது வீட்டுக்கு போரோம்னே" என்றேன். சந்துரு கோபமடைந்தவராய் ஜானிடம் "டேய் இவன் சரிப்படமாட்டாம் நீ மரத்தில ஏறி அந்தப்பக்கமா பாத்துக்கிட்டுருக்க கோழிக்குஞ்ச என்னையைப் பாத்த மாதிரி திருப்பிக் கட்டுடா" என்றார். உச்சி வேளையில் கரையேறிய நாங்கள் சூரியன் மேல் வானுக்குச் சென்று சந்துரு அண்ணனால் குறிவைக்க முடியாதவாறு கண்கூசிய பிறகுதான் கரையிறங்கினோம். நான் கோழிக்குஞ்சின் கால்களிலிருந்து கயிற்றை அவிழ்த்து சந்துரு வீட்டுத் திண்ணையிலிருந்த ஈச்சங் கூடையை அதன் மேல் கவிழ்த்தபின் வீட்டை நோக்கித் தலைதெறிக்க ஓடினேன்.

வரதன், சந்துரு, நாகு மூவரின் கைகளிலும் எப்போதும் பணப்புழக்கம் இருக்கும். அதற்கும் அவர்கள் மாதத்திற்கு ஓரிருமுறை நாகுவின் ஆட்டோவில் தனியாய் செல்வதற்கும் ஏதோ தொடர்புள்ளதாய் ஜான் யூகித்திருந்தான். அது எப்படியென்று அறிவதற்கான வாய்ப்பு அன்று எங்களுக்குக் கிடைத்தது. அவர்கள் மூவரும் கிளம்புவதற்காய் உத்தேசித்திருந்த அம்மதிய வேளையில் சந்துருவால் வர இயலவில்லை. வரதன் எங்கள் இருவரையும் அன்று உடன் அழைத்துச் சென்றார். ஆட்டோ போஸ்நகர் சுடுகாட்டுப் பக்கம் சென்று கொண்டிருந்தது. காற்றில் முதல் நாள் இரவு எரிந்த பிணத்தின் புகை. வரதன் ஆட்டோவை

நிறுத்தச் சொல்ல அப்போது தான் ஆட்டோவைக் கவனித்தேன். நாகு வழக்கமாய் ஒட்டியிருக்கும் ஸ்டிக்கர்களை முகப்புக் கண்ணாடியில் காணவில்லை. சாலை வளையுமிடத்திற்கு ஜானைப் போகச் சொல்லி மூத்திரமிருப்பவனைப் போல் நின்று கொண்டு யாராவது வந்தால் குரல் எழுப்பச் சொன்னார். நாகு ஆட்டோவின் இஞ்சினை நிறுத்தியிருக்கவில்லை. சாலையோரமாய் சில ஆடுகள் மட்டும் மேய்ந்தவாறிருந்த அவ்விடத்தில் இவர் என்ன செய்யவிருக்கிறார் எனக் குழம்பியவாறு நின்றிருந்தேன். கால்சட்டைக்குள்ளிலிருந்து பெரிய செல்லோடேப் உருளையை வெளியிலெடுத்தவர் அதை பிளேடால் உள்ளங்கையளவு நறுக்கி என் கையில் கொடுத்தார். என் பின்னால வாடா என்று ஆட்டின் அருகில் வரதன் மெதுவாய்ச் செல்ல புற்களை மேய்ந்தவாறிருந்த வெள்ளாட்டுக் கிடா ஒன்று அந்நேரத்தில் எம்பி வேம்பின் அடிக்கிளையிலுள்ள இலைகளைக் கடிக்க முயற்சித்தது. முதல் முயற்சியில் வாயில் அகப்பட்ட சில இலைகளை அது மெல்லும்வரை அமைதியாய் நின்றவர் மறு முறை கிடா எம்பிய போது அதன் முன்னங்கால்களின் கீழே இடது கையைச் சுற்றி வளைத்தும் வலது கையால் வாயைப் பொத்தியவாறும் என்னருகே கொண்டு வந்தார்."டேய் தம்பியான் நான் கைய எடுத்ததும் செல்லோடேப்ப வாயில ஒட்டுடா" என்றார். நான் பதட்டத்தில் ஆட்டின் நாசித் துவாரத்தில் செல்லோடேப்பை ஒட்டியதும் சில வசவுச் சொற்களை வாங்கியவாறு தடுமாறி மீண்டும் வாயில் ஒட்டி விட்டேன். வரதன் ஆட்டைத் தரையில் கிடத்த நாகு கத்தரிக்கப்பட்ட கயிறுகளுடன் வந்து அதன் கால்களைச் சேர்த்துக் கட்டினார். அடுத்த ஐந்து நிமிடங்களில் ஆட்டோ பிஸ்மில்லா மட்டன் கடை வைத்திருக்கும் ஷாஜகான் அண்ணன் வீட்டின் முன் நின்றது.பெரிய சாகசமொன்றை நிகழ்த்தும் மனநிலையில் நானிருக்க ஆட்டோவிற்குள் ஜான் கிடாவைக் கண்டதும் முதலில் புரியாமல் விழித்தான். பிறகு எதுவும் பேசாமல் வெளியே வேடிக்கை பார்த்தவாறு பயணித்தான்.

வரதன் தந்த இருபது ரூபாயை நான் வாங்கிக் கொண்டேன். ஆனால் ஜான் அவனுடைய பங்கை வாங்க மறுத்துவிட்டான். அன்று மாலை என்னை மாதா கோயில் வெளியே நிற்கச்

சொல்லிவிட்டு பாவமன்னிப்பு கேட்கும் அறைக்குச் சென்று வந்தான். ஆனால் நானோ அந்நாட்களுக்குப் பிறகு அவர்களில் ஒருவனாய் உலவ ஆரம்பித்தேன்.

வரதன் மூத்திரச்சந்திலிருந்து கொல்லைப்புறக் கதவின் வழியாய் சரஸ்வதியின் வீட்டிற்குள் நுழைகையில் நான் தெருவில் காவலுக்கு நிற்பேன். தூரத்தில் சரஸ்வதியின் கணவன் சைக்கிளில் வரும்பொழுது ஓட்டின் மீது ஓசையெழும்படி சிறிய கல்லை வீசுவேன். ஜான் எங்களுடனே இருந்தாலும் சில விசயங்களில் நாசுக்காய் ஒதுங்கிக் கொள்வான். நான் அவனைத் துணிச்சலற்றவன் என ஏளனம் செய்வேன். வரதனின் ஒவ்வொரு பழக்கங்களும் நாயகனுக்குரியவை. ஆகவே அதை நானும் பின்பற்ற முடிவெடுத்தேன். வரதனைச் சுற்றிக் கமழும் பான்பராக்கின் வாசனையைப் போல் என்னைக் கிளர்ச்சியூட்டுவது பிறிதொன்றில்லை. ஆகவே பான்பராக்கை வாங்கி உள்ளங்கையில் கொட்டி வரதன் செய்வதைப் போல் அதன் வாசனையை நுகர்ந்து வாயில் அதக்கினேன். நிஜாம் பாக்கைப் போல் இனிப்பாய் இருக்குமெனக் கருதிய எனக்கு அதன் சுவை முகம் சுளிக்க வைத்தது. இருப்பினும் ஜானின் முன் அதை ரசித்துச் சுவைப்பவனைப் போல் தொடர்ச்சியாய் பாவலா காட்டிக் கொண்டிருந்தேன். ஜான் வரதனைப் போல் உனக்கும் பற்கள் கறையாகிவிடுமென்று எச்சரித்தான். ஏதோ அவன் சொல்வதற்குச் செவிமடுப்பதைப் போல் அப்பழக்கத்தை மேற்கொண்டு தொடரவில்லை.

அவ்வருடம் பாரதிய ஜனதா கட்சி ஆட்சியமைத்து பதிமூன்று மாதங்களுக்குப் பிறகு பெரும்பான்மையில்லாமல் மீண்டும் நாடாளுமன்றத் தேர்தல் நடைபெற்றது. தேர்தலையொட்டி துப்பாக்கியை ஒப்படைக்க சந்துருவுடன் கணேஷ் நகர் காவல் நிலையத்திற்குச் சென்றோம். எழுத்தர் தந்த படிவத்தை சந்துரு அண்ணன் பூர்த்தி செய்து கொண்டிருந்தார். என் பின்னே ‘‘டுமிக்கோல்’’ என்ற ஓசையைக் கேட்டு வரதனைத்திரும்பி பார்த்தேன். ஆனால் நரிஏட்டு ஆள்காட்டி விரலையும் நடுவிரலையும் துப்பாக்கியைப் போல் வரதனை நோக்கிக் குறிவைத்தவாறு‘‘தம்பி வரதராஜன் எப்படி இருக்கீங்க’’ என்றார். தன் பெயரை நரிஏட்டு அறிந்திருப்பது அவ்வளவு சிறப்பான

விசயமல்ல என்பதைப் போல் விழித்த வரதன் சமாளித்தவராய் "நல்லா இருக்கேன் சார்" என்றார். பிறகு நரிஏட்டு வரதனின் தோள் மீது கையைப் போட்டுக் கொண்டு "வரதா....எனக்குத் தலைக்கறி ரொம்ப பிடிக்கும். நம்ம பிஸ்மில்லா மட்டன் கடை ஷாஜகான் ராவுத்தர்டதான் ஆட்டுத்தலை வாங்குவேன். ஆனா என்னன்னு தெரியல இப்பல்லாம் அடிக்கடி பாய் துலுக்க ஆடா வெட்டுறான். அதுவும் ஆட்டு மயிரை எவனோ செல்லோ டேப்ல சவரம் பண்ணிருக்கான். அதான் ஒண்ணும் புடி கெடக்கல" என்றொரு விசப்புன்னகையை உதிர்த்தார். அதைக் கேட்டதும் எனக்கு மூத்திரம் முட்டி அடிவயிறு வலிக்கத் தொடங்கியது.

ஷாஜகான் இதைச் சொல்லியிருப்பதற்கு வாய்ப்பில்லை என்று வரதன் உறுதியாய்ச் சொன்னார். ஆனால் எனக்கு அவர் மேல்தான் சந்தேகமாய் இருந்தது. நாங்கள் ஷாஜகானிடம் விசாரிக்கையில் இதுவரை நரிஏட்டு தன் கடைக்கு ஒருமுறை கூட வந்ததில்லை என ஏக இறைவனின் மீது சத்தியம் செய்தவர் இனிமேல் களவாடும் ஆடுகளைத் தன்னிடம் கொண்டுவர வேண்டாமென்று ஒரு கும்பிடுபோட்டார். வரதன் கடந்த ஒருமாதமாய்த் தலைக்கறி வாங்கியவர்களின் விவரங்களைக் கேட்க ஷாஜகான் வரிசையாய் ஆட்களை நினைவு கூர்ந்தார். அப்பட்டியலில் சரஸ்வதி கணவரின்பெயரும் இடம்பெற்றிருந்தது. அதன் பிறகு அவர்கள் சிலமாதங்கள் ஆடு திருடச் செல்லாமலிருந்தனர். ஆனால் அச்சமயத்தில்தான் தன் பழக்கடையிலிருந்து இரவு வீடு திரும்பிய சரஸ்வதியின் கணவர் யாரிடமோ அடிவாங்கி இரண்டு நாட்கள் பெரியாஸ்பத்திரியில் இருந்தார். கண்களில் மிளகாய் பொடித் தூவப்பட்டதால் அவருக்கு அடித்தது யாரெனத் தெரியவில்லை. ஆனால் அடித்த மூவரில் ஒருவன் மட்டும் அவரது விதைப்பையில் நடுவிரலால் நான்குமுறைச் சுண்டினான் எனச் சொல்லி அவ்வலியை மீண்டும் நினைவுகூர்ந்தவராய் எல்லோரிடமும் அழுதிருக்கிறார்.

அச்சம்பவத்திற்குப் பிறகு மீண்டும் வரதனின் கைகளில் பணம் புரளத் தொடங்கியது. நான் மட்டும் இரண்டு முறை அவர்கள் அழைத்ததற்கு உடன் சென்றேன். அதில் ஈடுபடும்

போது முன்னர் இருந்த அச்சம் கலந்த மகிழ்ச்சி தற்போது இல்லை. ஆனால் எப்படி அவர்களுக்கு மறுப்பு சொல்வதெனத் தெரியவில்லை. பள்ளிப் பரீட்சைகளின் தரவரிசைப் பட்டியலில் நான் பின்னோக்கிப் பயணித்துக் கொண்டிருந்தேன். என் வீட்டில் அதற்கு ஜானைக் குற்றம் சுமத்தினர். "ஆயி அப்பன் இல்லாதவன் புத்தி சொல்லி வளக்க ஆளில்ல அவங்கூட சுத்தி நீயும் தறுதலையாயிராத" எனக் கடிந்துகொண்டனர். ஜானைக் குறித்து என் வீட்டில் என்ன நினைக்கிறார்கள் என்பதை அவன் எப்படியோ அறிந்திருந்தான்.

பிறகொரு நாள் மதியத்தில் நைனாரி புளியமரத்தின் மீதிருந்த என்னைத் தேடிக் கொண்டு வரதன் வந்தார். அன்று நாகுவால் வர இயலவில்லை. ஜான் அம்முறை எந்தக் காரணமும் சொல்லாமல் எங்களுடன் வரச் சம்மதித்தான். எனக்கு அது சற்று ஊக்கத்தைக் கொடுத்தது. சந்துருவே ஆட்டோவை ஓட்டினார். ஆடு கலீஃப் நகரில் விற்பனையானது. நாங்கள் கடையிலிருந்து சற்று தூரத்திலே நின்றுகொண்டோம். அவர்கள் அளித்த பணத்தை வாங்கி குழந்தைக் கடையில் புரோட்டாவும் காடை சுக்காவும் முட்டை மாஸும் தின்றோம். அவர்களோ மதுபாட்டில்களுடன் கலசக்காட்டை நோக்கிச் சென்றனர். நான் ஜானிடம் ஒயின் என்பது மண்ணில் புதைக்கப்பட்ட திராட்சை ரசம் என்றும் அதை அருந்துவதால் உண்டாகும் மேனி பளபளப்பைப் பற்றியும் பேசிக் கொண்டிருந்தேன். பின் தற்போது சரஸ்வதி என்னைப் பார்த்தும் சிரிப்பதாய் சொன்னேன். (இப்போதெல்லாம் சரஸ்வதியை நான் அக்கா எனக் குறிப்பிடாமல் தவிர்ப்பதை ஜான் அறிந்திருந்தான்).

அன்று மாலை பாலக்கட்டையில் அமர்ந்திருக்கையில், வரதன் முன்தினம் காரைக்குடி பேருந்தில் கூட்ட நெரிசலில் உடல் பிதுங்கியவாறு பயணித்த அனுபவத்தைச் சொல்ல ஆரம்பித்தார். ஒரு கிழவி மாலையீட்டில் ஏறி நமணசமுத்திரம் செல்வதற்காய் தன்னிடம் ஐந்து ரூபாய் கொடுத்து சீட்டு வாங்கச் சொன்னதாகவும் கண்டக்டரிடம் சீட்டு வாங்கி மிச்சத்தை திருப்பித் தருகையில் தான் பத்து ரூபாய் கொடுத்ததாக கூப்பாடு போட்டதாகவும் சொன்னார். நாகு "பெறகு என்னாச்சு வரதா" என்றார். வரதன் கோவமாய் "பெறகென்ன கீரை முண்ட

ஒப்பாரி வைக்குறதப் பாத்து பஸ்ஸில இருந்தவன் எல்லாம் நம்மளத் திட்ட ஆரம்பிச்சுட்டான். என்ன பண்றது என் காசக் குடுத்து அனுப்புனேன்." எல்லோரும் வரதனுக்காய் அனுதாபப்பட்டோம். ஆனால் வரதன் புன்னகைத்தவராய் "நான் சும்மா விடுவேனா கெழவி எறங்குறப்ப சுருக்குப் பைய லவுட்டிட்டேன்ல" என்றார். நான் வேகமாய் முந்திக் கொண்டு "பைக்குள்ள என்னண்ணே இருந்துச்சு" என்றேன். வரதன் என்னை நோக்கி "கெழவி கூதி இருந்துச்சு" என்றார். அன்று வரதனின் வலையில் நான் வீழ்ந்ததை உணர்வதற்குள் எல்லோரும் என்னைப் பார்த்து கைதட்டி வெடிச் சிரிப்பு சிரித்தனர். ஜான் மட்டும் ஆலங்குடி சாலையை நோக்கியவாறு யாரையோ எதிர்பார்ப்பவனைப் போல் நின்றிருந்தான்.

வரதனிடம் அன்று வசமாய் சிக்கியிருந்தேன். நான் எதைச் செய்தாலும் பேசினாலும் அது கேலிக்குரியதாக்கப்பட்டது. நான் என்ன செய்வதெனத் தெரியாமல், அங்கிருந்து கிளம்பவும் முடியாமல், விழி பிதுங்கி நின்றிருக்க, சற்று நேரத்தில் ஜான் போலீஸ் எனக் கத்தியவாறு என் கைகளை பிடித்து இழுத்துச் சென்றான். அனைவரும் சுதாரிப்பதற்குள் நாங்கள் பி.யு.சின்னப்பா அக்காள் வீட்டுச் சந்தின் அருகில் சென்று விட்டோம். என்னைக் காப்பாற்றுவதற்காய் அவன் பொய்யுரைத்திருப்பான் என்றுதான் முதலில் நினைத்தேன். ஆனால் வழக்கத்திற்கு மாறாய் மாதா கோயிலை நோக்கி ஓடாமல் நைனாரிக் கரைக்குச் செல்லும் ஒற்றையடிப் பாதைக்குள் இழுத்துச் சென்றான். அப்பாதைக்குத் திரும்புகையில் ஆலங்குடி சாலையில் நரிஏட்டு நிற்பதைக் கவனித்தேன். உடன் தலையில் குல்லா வைத்துக் கைலி அணிந்த வேறொரு ஆளும் நின்றிருந்தார். நாங்கள் மேற்குக் கரை புளியமரத்தின் பின் சென்று பதுங்கிக் கொண்டோம். எங்களுக்குப் பின் வரதன் தனி ஆளாய் ஒற்றையடிப் பாதையில் ஓடி வந்தவர் மலம் கழிப்பவனைப் போல் கால்சட்டையைக் கழட்டி அமர்ந்தார். ஆனால் புளியமரத்தின் பின் மறைந்திருந்த எங்களை அவர் கவனித்திருக்கவில்லை. நைனாரிக் குளத்து நீர் பௌர்ணமிக்குப் பிந்தைய நிலவொளியில் தனது பச்சையத்தை மறைத்திருந்தது. கரைமுழுதும் நிறைந்திருந்த தவளைகளின் கூக்குரலைச் சிறிது நேரத்தில் காலடியோசைகள் ஊடறுத்தன.

சித்ரன் ■ 133

இம்முறை நரிஏட்டும் உடன் இரு காவலர்களும் ஒற்றையடிப் பாதையில் ஓடி வந்தனர். வரதன் தன் முழங்கால்களுக்கிடையே முகத்தைப் புதைத்துக் கொண்டார். அவர்கள் அருகில் வர வர வரதனிடமிருந்து டர்... புர்....ரென காற்றுப் பிரியும் ஓசைகள் கேட்டன. நிச்சயம் அவர் வாயின் மூலம் தான் அவ்வோசையை எழுப்புவார் என்பதை அறிந்து என்னால் சிரிப்பை அடக்க முடியவில்லை. அவ்வோசைகளைக் கேட்டு மற்ற இருவரும் தயங்கி நிற்க நரிஏட்டு மட்டும் வரதனின் அருகில் வந்தார். நான் ஜானின் காதுக்குள் "வக்காலவோலி மோப்பம் புடிச்சுட்டுத்தான் போவாம் போல" என மெதுவாய் கிசுகிசுக்க அவன் என் கைகளை அழுத்தி அமைதியாய் இருக்குமாறு எச்சரித்தான். நரிஏட்டு தன் இரையைக் கூர்ந்து நோக்கிய பின் அதட்டலாய் "டேய் என்ன பண்ற?" என்றார். ஆனால் வரதன் "என்ன சார் பாத்தா தெரியல? ஆய் போறேன்" என எவ்விதப் பதற்றமும் இல்லாமல் பதிலளித்தார். அதற்கு நரிஏட்டு "அப்படியா ராசா? ஜட்டிய அவுக்காமத்தான் ஆய் போவியா?" எனக்கேட்டவாறு இடது கையால் மின்னல் வேகத்தில் வரதனின் பிடரியில் அறைய வரதன் இரண்டடி முன் சென்று மண்ணில் முகம் புதையக் கவிழ்ந்தார். அதன் பிறகு என் கதாநாயகனை அவர்கள் இழுத்துச் சென்ற விதமும் அவர் காவலர்களிடம் கெஞ்சிய விதமும் சரி போதும் விடுங்கள் அதையேன் எழுதிக்கொண்டு.

உடல் இயற்கை துறவு எனும் ஃ

1

“என்னால ஒரு மனுசப் பொண்ணோட உறவு வைச்சுக்க முடியல ஐயனே” அவருடைய அப்பதில் என்னைத் திடுக்கிடச் செய்தது. என் நண்பனோ மெல்லியதாய் ஒரு கேலிப் புன்னகையை உதிர்த்தான். அப்போது திருச்சியிலிருந்து ரயில் புறப்படத் தொடங்கியது. வாரணாசியிலிருந்து நேற்று காலை புறப்பட்ட ரயில் அது. வாரமொரு முறை அது ராமேஸ்வரத்திற்கும் வாரணாசிக்கும் பயணிக்கிறது. மாலையில் நாங்கள் வீடு திரும்பும் காரைக்குடி பயணிகள் ரயிலுக்குக் கால் மணிநேரம் முன்பாக அது செல்வதால் செவ்வாய் அன்று அந்த ரயிலில் ஏறிக்கொள்வோம்.

முன்பதிவில்லாப் பெட்டியில் அந்தச் சன்னியாசி அமர்ந்த நிலையிலே உறங்கிக் கொண்டிருந்தார். நாங்கள் எங்கள் பைகளை அவருக்கு எதிர் இருக்கையில் வைத்து விட்டு வண்டி புறப்படும் வரை வெளியில் நிற்கலாமெனச் சென்றோம். அடித்தொண்டையிலிருந்து “டீ டீ சாயே சாயே” எனக் கூவிச் சென்ற பணியாளனின் குரல் கேட்டு அவர் இமைகளைத் திறந்தார். நாங்கள் அவர் அமர்ந்திருந்த சன்னலுக்கு வெளியே நடைமேடையில் நின்றிருந்தோம். என் நண்பன் இரண்டு தேநீர் கேட்டதால் அப்பணியாளன் அடுத்த சன்னலில் தேநீர் கேனை மாட்டி விட்டுக் காகிதக் கோப்பைகளில் தேநீரைநிறைத்தான்.

கண் விழித்த சன்னியாசி என்னிடம் திரும்பி “எனக்கும் ஒரு தேத்தண்ணி சொல்லுங்க ஐயனே” என்றார்.

நான் அவன் ஏற்கனவே நிறைத்து வைத்திருந்த தேநீர் கோப்பையை அவரிடம் தந்து விட்டு இன்னொரு தேநீர் சொன்னேன். சன்னியாசி தனது காவிவேட்டியிலிருந்து ஒரு முடிச்சை அவிழ்த்துக் கசங்கிய ஒரு பத்து ரூபாய் தாளை “இந்தாங்க ஐயனே” என என்னிடம் நீட்டினார். நான் வேண்டாமென மறுத்து அவருக்கும் சேர்த்துக் காசு

கொடுத்தேன். அவர் என்னை நோக்கிப் புன்னகையுடன் இரு கரங்களையும்கூப்பி "நன்றி ஐயனே" என்றார். நான் சற்று சங்கடத்துடன் "இருக்கட்டும் சாமி" என்றேன்.

வண்டி புறப்படுவதற்கு இன்னும் ஐந்து நிமிடங்களே இருந்ததால் நாங்கள் இருக்கைக்குத் திரும்பி தேநீர் அருந்தினோம். என் நண்பன் காலித் தேநீர் கோப்பையை சன்னலுக்கு வெளியே வீசவிருந்த நேரத்தில் சன்னியாசி வேகமாய் அதை அவன் கையிலிருந்து பிடுங்கிக் கொண்டு எழுந்தார். பின் என் தேநீர் கோப்பையையும் வறுபுறுத்தி வாங்கியவர் நடைமேடையிலிருந்த குப்பைத் தொட்டியில் அவற்றைப் போட்டு விட்டு வந்தார்.

ஓர் அரசு ஊழியனாகிய நானும் வங்கி அலுவலரான என் நண்பனும் அவரின் அச்செயலால் சற்று புண்பட்டோம் என்பதை ஒப்புக் கொள்ள வேண்டும். என் நண்பன் அந்த சன்னியாசியிடம் "வண்டி கௌம்புற மாதிரி இருந்துச்சு அதான்" என்றான்.

"சரி ஐயனே பரவா இல்ல ரெண்டு பேரும் காரைக்குடிக்கா?" எனக் கேட்டார்.

"இல்ல புதுக்கோட்டை சாமி" என்றேன்.

சற்று நேரம் எதோ நினைத்து நிறைந்த புன்னகையோடிருந்தவர் "தேனி மலை, காஞ்சாத்து மலை, குமரமலை, பொம்மாடி மலை, நார்த்தா மலை எவ்வளவு மலைகள் ஐயனே எல்லாம் இன்னும் இருக்குதா" என்றார்.

"இருக்குது சாமி"

"அந்த காலத்துல மலை முழுங்கின்னு சும்மா பேச்சுக்கு சொல்றது மதுரை பக்கட்டு அது உண்மையாச்சு பாத்தீகளா" என உரக்கச் சிரித்தார்.

அவரின் உற்சாகம் என்னையும் தொற்றிக் கொண்டது. என் நண்பனோ இன்னும் எங்கள் உரையாடலில் கலந்து கொள்ளவில்லை. காண்பவர்களோடெல்லாம் உரையாடலைத் தொடங்கும் என் இயல்பு அவனுக்கு எப்போதும் எரிச்சலூட்டக்

கூடிய ஒன்று. ஆனால் அதை அவன் என்னிடம் ஒருபோதும் வெளிப்படையாய் சொன்னதில்லை.

"சன்னியாசியாகி எங்கூரு மலையெல்லாம் சுத்திப் பாத்தீகளா சாமி?"

"அது கல்லூரில படிக்குற காலத்துல ஐயனே"

"அப்படியா என்ன படிச்சிங்க?"

"பி.எஸ்.சி ஜியாலஜி அழகப்பாவுல. ஐயனுக்கு என்னப் பாத்தா படிச்சவன்னு நம்பிக்க வரல" அதற்கும் முகம் நிறைந்த புன்னகை. அவரிடம் அபாரமான ஒரு வசீகரமிருந்தது. எப்படி ஒரு மனிதனால் இவ்வளவு உளம் நிறைந்து புன்னகைக்க முடியுமென அவரைப் பார்த்தவாறு யோசித்துக் கொண்டிருந்தேன். ஒருவேளை என் பணிச்சூழலின் வெறுப்பு கூட அவர் மீதான இந்த ஈர்ப்புக்குக் காரணமாய் இருக்கலாம். அவரோ நான் என்ன நினைக்கிறேன் என உணர்ந்தவர் போல் இருந்தார்.

வண்டி புறப்படும் நேரத்தைத் தாண்டியிருந்தது.

"எந்த வயசுல சன்னியாசி ஆனிங்க சாமி"

"கல்யாணம் செஞ்சு ஒரு வருசத்துலயே ஆகிட்டேன் அப்படின்னா இருபத்தியேழு ஐயனே"

நான் அவரிடம் புன்னகைத்தவாறே "நீங்க உக்காந்துருக்க சீட்டு நம்பரப் பாருங்க" என்றேன். இருபத்தியேழு என்னும் இருக்கை எண்ணைப் பார்த்தவரின் முகம் அப்போது புன்னகைப்பதை நிறுத்தியது. அதுவரை உரையாடலில் கலந்து கொள்ளாத என் நண்பன் முட்டாள்தனமாய் ஒரு கேள்வியைக் கேட்டான் "கல்யாணம் செஞ்சு ஒரு வருசத்துல சன்னியாசம் போனீங்கன்னா பிரசவ நேரத்துல ஒங்க வீட்டுக்காரம்மா எதுவும் தவறிட்டாங்களா?". அவனுடைய அக்கேள்வியால் நான் சற்று சங்கடப்பட்டேன். அவரோ மீண்டும் முகம் நிறைந்த புன்னகையுடன் "என்னால ஒரு மனுசப் பொண்ணோட உறவு வைச்சுக்க முடியல ஐயனே" என்றார். அப்போது ரயில் புறப்படத் தொடங்கியது. என் நண்பனுடைய கேலிப் புன்னகையின் பொருளை நான் அறிவேன். அவனுக்கு உலகில்

உள்ள எல்லா இன மக்களின் கலவி வீடியோக்களையும் சேகரிக்கும் விநோதப் பழக்கமிருந்தது.

சன்னியாசி தன்னைத் துறவுக்கு இட்டுச் சென்ற கதையை ரயில் வெள்ளனூர் நிலையத்திற்கு வரும் முன் சொல்லி முடித்தார். அதன் பிறகு இமைகளை மூடியவர் ஐந்து நிமிடங்களுக்குள் உறங்கிவிட்டார். எங்களால் அவருடன் முறையாக விடைபெற இயலவில்லை. ஆனால் அவரின் கதையோ எங்கள் நினைவுகளின் மேல் ஒரு சுருள் கொடியைப் போல் படரத் தொடங்கியது. வாகன நிறுத்துமிடத்தில் நாங்கள் சிறிது நேரம் பேசிவிட்டு விடைபெறுவது வழக்கம். அன்று அந்தச் சன்னியாசியின் கதையை எங்கள் பகுத்தறியும் மனம் நம்ப மறுத்தது. ஆனால் ஒருவேளை அவர் கூறியது உண்மையிலே நிகழ்ந்திருந்தால். அதை நாங்கள் வெளிப்படையாகச் சொல்லவில்லை என்றாலும் ஒரு கணப்பொழுது மின்னி மறைந்த எங்கள் விழிகளின் கருமணிகள் அதை இருவருக்கும் உணர்த்தின.

அடுத்த பௌர்ணமியன்று நாங்கள் நார்த்தாமலையின் மேலமலையுச்சியில் இருந்தோம். நிலவு திரட்சியான மேகங்களுக்குள்ளாக ஒளிர்ந்த இரவது. இதமான ஆனி மாதக் காற்று மலைகள் மேலிருந்த எலுமிச்சைப் புற்களைத் தழுவியவாறு எங்களைக் கடந்து சென்றது. விஜயசோழீசுவரத்தின் துவாரபாலகர்கள் மலையுச்சியிலிருந்த எங்களை நிமிர்ந்து பார்ப்பதைப் போன்றதொரு உணர்வு. நாங்களிருவரும் அந்தச் சன்னியாசியைப் பற்றி ஒரு சொல் கூடப் பேசவில்லை. ஆனால் எங்கள் மனம் முழுதும் நிறைந்திருந்த அவரது கதையால் அவரும் எங்களருகே உடனிருந்தார். பொன்னையா ஆசாரியின் மகனான சந்திரசேகர் எனும் இளைஞனாய்.

2

நகரத்தார் வீடுகளின் நிலைகளையும் சிற்பத் தூண்களையும் சேதமுறாமல் பிரித்தெடுத்து மீண்டும் இணைக்கத் தெரிந்த வெகு சில ஆசாரிகளில் ஒருவரான கீழச்சிவல்பட்டி பொன்னையா ஆசாரி தன் மகனின் கிறுக்குத் தனங்களைப் பற்றிப் பெரிதாய்

அலட்டிக் கொள்ளாதவர். சிறிய மரச் சிற்பங்களின் உள்ளீடற்ற அடிப்பகுதிகளை ஒன்றுடன் ஒன்று பிணைத்து கதவு நிலையாய் மாறும் விந்தையை விட சிற்பங்கள் கூறும் இராமாயண பாரதக் கதைகள் மீதே சேகருக்கு ஆர்வம் அதிகம்.

கல்லூரி விடுதியில் பெண்ணுடல்களைப் பற்றிய பேச்சுக்களில் கலந்துகொள்ள மறுக்கும் சேகரின் இயல்பு நண்பர்களின் பகடிக்குரிய ஒன்று. அவர்கள் வேண்டுமென்றே அவனருகே வந்து ஏதேனுமொரு பாலியல் கதையைப் பேசுவார்கள். உடன் படிக்கும் பெண்களின் அங்கங்களை இரவு முழுதும் வர்ணித்துவிட்டு மறுநாள் காலை அவர்களால் எப்படி அப்பெண்களிடம் முகம் கொடுத்துப் பேச முடிகிறது என அவனுக்கு ஆச்சரியமாய் இருக்கும். அவனுக்குப் பிறிதொரு உடலின் மீதோ அவ்வயதில் அவனை ஆட்கொள்ள வேண்டிய உடலிச்சையின் மீதோ எவ்வித ஈர்ப்புமற்றிருந்தது. ஆனால் அவன் இரவுகளின் விநோதக் கனவுகளில் திளைத்து போகச் சிலிர்ப்பை அடைவதை யாரிடமும் சொன்னதில்லை. அக்கனவுகள் பெரும்பாலும் ஒரு மலை முகட்டிலிருந்து தாவி பச்சையம் தவழும் கானகத்தைத் தழுவும் முயற்சியாகவோ அல்லது அடியாழம் காண முடியா ஒரு சுனைக்குள் கசியும் ஒளியை நோக்கி நீந்துவதாகவோ இருக்கும்.

நகரத்தார் தனது வீடுகளின் கதவு நிலைகளை மட்டும் விற்று புது வீடுகள் கட்டிக் கொண்டிருந்த காலமது. பொன்னையா ஆசாரி அக்கதவு நிலைகளைச் சேதமுறாமல் தனியாய் பிரித்துத் தருவதற்காய் நற்சாந்துபட்டி வந்திருந்தார். கல்லூரி விடுமுறை நாட்களில் சந்திரசேகர் தந்தைக்கு உதவியாளாய் செல்வது வழக்கம். ஒரு வெள்ளி மாலையன்று கல்லூரி விடுதியிலிருந்து வீடு திரும்பியிருந்த அவன் தனது இரு சக்கர வாகனத்தில் ராங்கியம் குழிபிறை வழியாக கீழச்சிவல்பட்டியிலிருந்து நற்சாந்துப்பட்டி வந்து சேர்ந்தான். முப்பது கிலோ மீட்டர் தொலைவிலுள்ள அவ்வூரை அடைய அவனுக்கு மறுநாள் காலை ஆனது.

அன்றைய முழுநிலவில் நூற்றாண்டுப் பெருமரங்களும் அவற்றோடு தன் மோன நிலையில் சுகித்திருக்கும் ராட்சதப் பாறைகளும் அப்பாறைகளினுடாய் புதர்கானகத்திற்கு இட்டுச்

செல்லும் ஒற்றையடிப் பாதைகளும் அவனது நாளங்களில் இனம் புரியா ஒரு சிலிர்ப்பை உண்டாக்கின. புளியமரக் கிளைகளோ அவன் பயணித்த சாலையைக் குகை வழியாய் மாற்றியிருந்தன. அவ்வழியில் இரு பெரும்பாறைகளுக்கிடையே பேருருவாய் நின்றிருந்த ஆலமரமொன்று தன் விரிசடையால் அப்பாறைகளைத் தழுவிக் கிடந்தது. அவ்விருட்சத்தைக் கடந்ததும் அவன் ஒரு வறண்ட சிற்றோடையின் நெடும் மணல்வெளியைக் கண்டான். அவ்வோடை அவன் அறிந்திரா ஒரு மாய உலகை நோக்கி அவனை அழைப்பது போலிருந்தது. மேற்கொண்டு பயணத்தைத் தொடராமல் வண்டியை நிறுத்தியவன் சிற்றோடை மணலில் கால்கள் புதைய அவ்வழைப்பை ஏற்றான். நிலவொளியில் கனவின் வெளியாய் தோற்றம் கொண்ட நிலப்பரப்பு அது. ஆங்காங்கே செழித்திருந்த நாணல் பூக்கள் வெள்ளி ஜரிகைகளாய் காற்றிலாடி அவனை வசப்படுத்தின.

எவ்வளவு தொலைவும் நேரமும் கடந்ததென அவனுக்கு நினைவில்லை. உறக்க நடையாளனாய் அச்சிற்றோடையின் மூல ஊற்றைத் தேடி அவன் நடந்தான். இரு கரைகளிலும் தாழம் புதர்கள் மண்டிக் கிடந்தன. அதையொட்டினாற் போல் உசிலை மரங்களும், வன்னி மரங்களும், அழிஞ்சி மரங்களும். அதற்கப்பால் தமிழ் எழுத்து ஃ எனத் தோற்றம் கொண்ட மூன்று பெரும் பாறைகளை அவன் கண்டான். கால்கள் தன்னிச்சையாய் அப்பாறைகளை நோக்கி அவனை இட்டுச் சென்றன. காட்டுக் கொடிகளில் கால்கள் பின்னியும் வேர் முண்டுகளில் இடறியும் அவன் தடுமாறி வீழ்ந்தாலும் இலக்கிலிருந்து அவனது கால்கள் விலகிச் செல்லவில்லை.

பரந்த பாறைவெளி நடுவேயிருந்த அம்மூன்று பாறைகளையும் அங்கே யாரோ தூக்கி வந்து அடுக்கி வைத்தாற் போலிருந்தது. அப்பாறைகளை ஒரு முறை சுற்றி வந்தவன் ஏறுவதற்குத் தோதான வழியை ஆராய்ந்தான். அப்பாறைகளுக்குப் பின்னால் மறைந்திருந்த ஒரு சிறிய பாறையின் மீது கால்களை வைத்து இடப்பக்கப் பாறையின் மீதேறி அங்கிருந்து மேல் பாறையின் உச்சிக்கு ஏறினான். பாறையுச்சி மூன்று நபர்கள் படுத்துறங்கும் அளவு சமதளமாயிருந்தது. அங்கிருந்து

காண்கையில் சிற்றோடையின் மேல் கோடியில் சற்று உயரமான மலை தெரிந்தது. அதற்குப் போகும் வழியோ அடர்ந்த பெரும் புதர்க் காடாயிருந்தது.

நிலவொளி காற்றின் மீதேறி அருவத் தூரிகைகளாய் அவனுக்குக் கூச்சங்காட்டின. தான் ஏங்குவது எதன் பொருட்டெனச் சொற்களுக்குள் வகைப்படுத்த முடியாததொரு தவிப்பை அவன் மனம் சுமந்திருந்தது. பச்சையம் பொங்கும் பரந்த நிலமும் பால் நிலவும் அவனை சிலிர்த்தெழச் செய்தன. அந்நிலவுக்கு முன் தன் ஆடைகளைக் களைந்து பாறையுச்சியில் அவன் படுத்துக் கிடந்தான். தான் கனவுகளில் மோகிப்பது எதுவென அறிந்ததைப் போல் அத்தருணத்தில் அவன் உணர்ந்தான்.

அவனைச் சுற்றிலும் கானகத்தின் ஓசைகள். அவன் இதுவரை அறிந்த எந்த ஓசையோடும் அவற்றை ஒப்பிட முடியாமல் அவனது அகம் தவித்தது. அப்படியே அவ்வோசைகளை நள்ளிரவு வரை செவிமடுத்திருந்தவனுக்கு யாரோ இருவர் உரையாடியவாறு நெருங்கி வருவது கேட்டது. அவன் மெள்ள தலையுயர்த்திப் பார்த்தான். ஓர் ஆணும் பெண்ணும் அவனைக் கடந்து மேற்கு நோக்கிச் சென்றார்கள். அவர்கள் பார்வைக்கு இவன் புலனாகவில்லை. அவர்கள் நடந்து சென்று ஒரு மரத்தடியிலிருந்த சிறு பாறைகளில் அமர்ந்தார்கள். அம்மரமோ நிலவொளியில் மஞ்சள் விளக்குகளை ஒளிர வைத்தது போல் இருந்தது. சேகர் அதைக் காஞ்சிரம் எனக் கண்டுகொண்டான்.

அவர்கள் தங்களுக்குள் எதையோ தீவிரமாய் விவாதித்துக் கொண்டிருந்தார்கள். அப்பெண் அவனிடம் எதையோ முறையிட்டுக் கொண்டிருந்தாள். சற்று நேரத்திற்கெல்லாம் அவன் அவளை மூர்க்கத்துடன் முத்தமிட்டான். முதலில் அதற்கு எதிர்ப்புத் தெரித்தவள் பின் அவனுக்கு இணங்கிப் போனாள். இவன் பார்வையை அதிலிருந்து விலக்கி மீண்டும் முந்தைய நிலையில் நிலவொளியின் தீண்டலில் உறங்கிப் போனான்.

சேகர் கண் விழித்த பொழுது நடுநிசி கடந்து வெள்ளி முளைத்திருந்தது. வானில் பருந்துகள் வட்டமிட்டுக் கொண்டிருந்தன. அவன் எழுந்து உடையணியும் போது காஞ்சிர மரத்தின் கீழே இன்னும் அப்பெண் உறங்குவது போல் தெரிந்தது. தன் சேலை விரிப்பின் மீது அவள் மட்டும்

படுத்திருந்தாள். சேகர் பாறையுச்சியிலிருந்து இறங்கும் போது பிடிமானம் இல்லாமல் சமநிலை குலைந்து தடுமாறி விழுந்தான். இருப்பினும் காயமெதுவும் ஏற்படவில்லை. ஓடை மணலில் கால்கள் புதைய நடக்கையில் இடது காலில் கொஞ்சம் வலியிருந்தது. பாறையில் முழங்கை தேய்ந்து உரசியதால் ஏற்பட்ட சிராய்ப்பு எரிச்சலைத் தந்தது. அவனுக்கு அப்பெண் மட்டும் அங்கு தனித்திருப்பது ஏதோ உறுத்தலாய் இருந்தது. பாதி வழியைத் தாண்டியிருந்தவன் மீண்டும் அக்காஞ் சிரத்தை நோக்கி நடந்தான். ஆனால் அங்கு அப்பெண்ணைக் காணவில்லை. தனித்திருந்த காஞ்சிரத்திலிருந்து பழமொன்று உதிர்ந்து பாறைச் சரிவில் மேற்கு நோக்கி ஓடியது. ஒருவேளை அனைத்தும் தன் பிரமையாயிருக்குமென அவன் குழம்பி நின்றான்.

3

படிப்பு முடிந்ததும் வேலை கிடைப்பதில் சேகருக்கு எவ்வித சிரமமும் இருக்கவில்லை. ஆனால் பாறைக் குன்றுகளைச் சூறையாடிப் பெரும் பாதாளங்களை உருவாக்கும் அவன் படிப்பிற்குரிய வேலையில் அவனால் நிலைத்திருக்க முடியவில்லை. ஜல்லி உடைக்கும் குவாரிகளிலிருந்து கிரானைட் குவாரிகளுக்கும் தெற்கே தேரிமணல் குவாரிகளுக்கும் என ஒவ்வொரு வேலையாய் சுற்றி வந்தவன் இறுதியில் ஏற்காட்டின் கனிமச் சுரங்கங்களில் வேலைக்குச் சென்றான். அக்காலங்களில் அவன் கனவுகளில் வறண்ட பாழ்நிலம் மட்டுமே தோன்றியது. அங்கே எவ்விதச் சிற்றுயிர்களின் அசைவுகளும் இருக்கவில்லை. ஆனால் தொலைவில் ஒரே ஒரு காஞ்சிரம் மட்டும் சுடர்விடும் மஞ்சள் நிறக் கனிகளோடிருந்தது. அதன் நிழலில் ஒரு பெண் நித்திய உறக்கத்திலிருந்தாள். அவன் கால் கடுக்க எவ்வளவு துரிதமாய் நடந்தாலும் அக்காஞ்சிரம் மட்டும் உறங்கும் அப்பெண்ணோடு எட்டாத் தொலைவிலேயே இருந்தது.

பசுஞ்சோலைகளைப் பாழ்நிலமாக்கும் அக்கனிமச் சுரங்க வேலையில் ஒரு மாதம் நிலைத்திருப்பான். பச்சையம் செழித்திருந்த மலைகள் வெறும் மணல் குன்றுகளாய்

மாற்றப்படுவதற்கு அவனால் சாட்சியமாய் இருக்க முடியவில்லை. ஏற்காட்டிலிருந்து ஊர் திரும்பியவனுக்கு தந்தையின் தொழில் அடைக்கலம் தந்தது. பொன்னையா ஆசாரி அக்காலங்களில் தேர்த் திருப்பணிகளைச் செய்யும் வேலையிலிருந்தார். அவரின் உதவியாளனான 'கா'னா 'ரூ'னா எனும் கருப்பையா ஆசாரியுடன் சில காலம் சேகர் தேருக்கான இலுப்பை மரத்திற்காய் நெடுங்குடியிலிருந்து பொன்னமராவதி வரை சுற்றி வந்தான். அந்நிலம் அவனுக்குள் விதையுறக்கத்திலிருந்த கனவுகளை மீண்டும் துளிர்விடச் செய்தது. ஆனால் இம்முறை அடியாழம் காண முடியாச் சுனைக்குள் முகம் தெரியா ஒரு பெண்ணும் அவனுக்கு முன் நீந்திச் சென்றாள்.

எங்கும் மரச்சீவல்கள் இரைந்து கிடக்க பொன்னையா ஆசாரி தேர்ச் சிற்பங்களைச் செதுக்கிக் கொண்டிருப்பார். சேகருக்கு அச்சிற்பங்களைக் காண்பது எப்போதும் ஆச்சரியமாய் இருக்கும். ஆலிங்கனத்தில் முயங்கும் உடல்களைத் தன் தேராய்க் கொண்டு உற்சவர் பவனி வருகிறார் என நினைத்துக் கொள்வான். 'கா'னா 'ரூ'னா அலங்கார வளைவுகளையும் தேர்நிலைகளைத் தாங்கும் பூதகணங்களையும் செதுக்குவார். அவற்றைச் செதுக்கும்போது வெற்றுடம்போடு தொந்தி சரிய அவரே ஒரு பூதகணத்தைப் போல்தான் தோற்றம் தருவார். சேகருக்குப் பெருமரங்களைச் சிற்ப அளவுகளுக்குத் தகுந்தாற் போல் துண்டங்களாய் அறுக்கும் வேலையிருக்கும்.

அப்பகுதிகளில் உள்ள கோயில் காப்புக் காடுகள் அனைத்தும் சேகருக்குப் பரிச்சயமாயின. ஒவ்வொரு தேருக்கான இலுப்பை மரத்திற்காகவும் அவர்கள் கோயில் காப்புக் காடுகளையே நாடினர். 'கா'னா'ரூ'னா அறுவைக்குத் தோதான பெருமரத்தைச் சுட்டுவார். திருப்பணி நிர்வாகக் குழுவோ மரத்திற்காய் முதலில் காப்புக் காடுகளுக்குரிய ஊராரிடம் இசைவு பெற வேண்டும். அதற்கு அக்கோயிலுக்கு நன்கொடையாய் அவர்கள் கேட்கும் தொகையைத் தர வேண்டியதிருக்கும். அடுத்து வனத்துறையிடம் அனுமதி வேண்டுவர். அதற்கான கோரிக்கை விண்ணப்பங்களை எழுதித் தருவதோடு அதை நிறைவேற்றித் தரும் நட்பு வட்டத்தோடும் சேகர் இருந்தான்.

அக்காலங்களில் ஒவ்வொரு பௌர்ணமி இரவன்றும் சேகர் ஏதோவொரு பாறையுச்சியில் நிலவொளியின் தீண்டலில் நிர்வாணியாய் கண்மூடிக் கிடந்தான். எத்தனை விதமான பாறைகள். இயற்கையின் விநோத வடிவங்களில். பெருந்தச்சன் எவனோ செதுக்கிய யானைகளின் மத்தகங்களாய். மீதியுருவம் நிலத்தில் மண் மூடிக் கிடப்பதாய் அவனுக்குத் தோன்றும். சில நேரங்களில் அப்பெருந்தச்சனே நான் தான் என நினைத்துக் கொள்வான். இன்னும் ஒரு மரப்பாச்சியைக் கூடச் செதுக்கியிராத பெருந்தச்சன்.

'கா'னா'ரூ'னாவிற்கு நிலைகொள்ளாமையால் தத்தளிக்கும் சேகரின் விழிகள் குறித்து ஒருவித அச்சமிருந்தது. அவர் தொடர்ச்சியாய் பொன்னையா ஆசாரியிடம் சேகருக்கு ஏதேனும் வரன்களைச் சொல்லிக் கொண்டிருப்பார். அப்பேச்சைக் கேட்கும் போதெல்லாம் சேகருக்குள் ஒருவித பதற்றம் உருவாகித் தலைகவிழ்ந்து கொள்வான். பொறுத்திருக்கச் சொல்லும் பொன்னையா ஆசாரியிடம் தாழ்ந்த குரலில் "அவன் கண்ணு இந்த உலகத்துல இல்லாத எதையோ தேடுதுண்ணே" எனச் சொன்னது சேகரின் செவிகளிலும் விழுந்தது.

சேகர் சிவனடியார்களின் கதைகளைப் பொன்னையா ஆசாரியிடமிருந்தே அறிந்து கொண்டான். சிவன் கோயிலின் தசதாளத் தேருக்கான சிற்பங்களைச் செதுக்கும்போது அச்சிற்பங்கள் பின்னுள்ள தொன்மக் கதைகளை சேகருக்குக் கூறுவார். அதைப் போன்றே விரகதாபம் ததும்பும் தேவதேவியரின் புணர்நிலைகளின் பெயர்கள் குறித்தும் அவனுக்குச் சொல்லித் தருவார். அவ்வுரையாடல் தந்தை மகனுக்குரியதன்று. ஒரு குரு தன் தேடல் எதுவெனப் புரியாமல் அலைபாய்ந்த சீடனைச் சிற்பக் கலைக்குள் ஆற்றுப்படுத்தும் முயற்சி.

4

கோடை மழையைத் தொடர்ந்த ஒரு பௌர்ணமி நாள். சேகர் அன்று மாலை எவ்விதத் திட்டமிடலும் இல்லாமல் தன் வண்டியில் பொன்னமராவதியிலிருந்து பூலாங்குறிச்சி வழியாக

ராங்கியம் வந்து சேர்ந்தான். குழிபிறை சாலையில் அவன் வண்டியைத் திருப்பிய போது இரவுகவியத் தொடங்கியது. சற்று நேரத்திற்கெல்லாம் மழை கழுவிய தளிர் இலைகளினூடாய் நிலவு சாலைக்கு ஒளியூட்டிக் கொண்டிருந்தது. தன்னை மறந்த நிலையிலிருந்த அவனுக்கு அப்பயணம் என்றோ நிகழ்ந்ததை மனதில் நினைவுறுத்திப் பார்ப்பதைப் போலிருந்தது. அப்பயணத்தில் அவன் ஒரு பேருருவின் விரிசடையைக் கண்டான். அதைக் கடந்ததும் மாய உலகின் புதிர் வழியாய் ஒரு நெடும் மணல்வெளி.

சிற்றோடையில் ஆங்காங்கே செழித்திருந்த நாணல் திட்டுகளிடையே மழைநீர் தேங்கிக் கிடந்தது. தனித்த நீர் பரப்புகளுக்குள் நிலவுகள் அலையலையாய் மிதந்தன. எங்கும் தவளைகளின் கூக்குரல் சில்வண்டுகளின் ரீங்காரத்தை மிஞ் சியிருந்தது. அவன் சேற்றில் வழுக்கிவிடாமல் கவனமாய் அடியெடுத்து வைத்தான். அப்போது ஒரு நாணல் திட்டுக்குள் ஏதோ உயிரசைவு தென்பட்டது. இவன் ஏதேனுமொரு விலங்காய் இருக்குமென ஓசையெழாமல் மணலில் குந்தியவாறு அத்திட்டை நோக்கினான். கதிரறுவாளைக் கொண்டு ஒரு பெண் நாணலை அரிந்து கொண்டிருந்தாள். அதுவும் ஒவ்வொரு நாணலாய் ஏதோவொரு புராதானச் சடங்கை நிறைவேற்றுபவள் போல. அவளது உதடுகள் எதையோ முணுமுணுத்தவாறிருந்தன. விநோதமாய் ஒவ்வோர் அறுப்புக்கும் கட்டைவிரலைத் தவிர மற்ற விரல்களை வீணையின் தந்திகளை மீட்டுவதைப் போல் அசைத்தாள். அவ்விரல்களின் நளினம் தேவதேவியரின் ஆலிங்கனத்தைச் செதுக்கும் தன் தந்தையுடையதைப் போல் நேர்த்தியாயிருந்தது. அந்நேர்த்தியில் சில நிமிடங்கள் சேகர் தன்னை மறந்திருந்தான்.

அப்பெண் நாணல் திட்டின் வடக்கிலிருந்து அரிந்த நாணல்களைத் தன் பின்னே மணலில் அடுக்கிக் கொண்டிருந்தாள். சிற்றோடையின் மேற்கிலிருந்து இரை தேடிக் கிளம்பிய பழந்தின்னி வௌவால்கள் வானை நிறைத்திருந்தன. நிலவொளியே தூவிகளானதைப் போல் நாணல் மலர்ந்திருக்க காற்றுவெளியெங்கும் ஓர் இனிமையான சுகந்தத்தை அவனால் உணரமுடிந்தது. அப்போது மின்மினியொன்று அவள் அரிய

இருந்த நாணல் தண்டில் அமர்ந்தது. அவள் இமைக்காமல் ஏதோ தான் ஏற்றிவைத்த தீபச்சுடர் ஒளிர்வதைப் போல் புன்னகையுடன் அதை ரசித்திருந்தாள். சில நொடிகளில் அது சட்டென்று பறந்து அவள் முன்னே ஒரு வட்டமிட்டு நாணல்களுக்கிடையே பறந்து சேகரை நோக்கி வந்தது. அப்போது தலையுயர்த்திய அவள் சேகரைக் கண்டு பதறி எழுந்தாள். மருண்ட விழிகளோடு தான் சேகரித்த நாணல்களைக் கூட எடுத்துக் கொள்ளாமல் வேகமாய் அவள் மேற்கு நோக்கி நடந்தாள்.

அவளைப் பதற்றமடையச் செய்துவிட்டோம் என்ற குற்றவுணர்வுடன் சேகர் அந்நாணல்களைக் கட்டுகளாக்கி ஒரு நாணல் தண்டால் அவற்றை முடிச்சிட்டான். அதற்குள் அப்பெண் நாணல் திட்டுகளினூடாக எங்கோ சென்று மறைந்திருந்தாள். சற்று நேரம் அவள் சென்ற வழியை வெறித்திருந்தவனுக்குத் தான் எங்கிருக்கிறோமென்ற தெளிவு வந்தது. அந்நேரத்தில் அங்கு ஒரு பெண் தனித்திருப்பதும் அவனுக்கு விநோதமாய் தோன்றியது. இருப்பினும் அவ்வழியில் அவன் நடக்கலானான். அசைந்து வரும் நாணல் பூக்களைக் கண்டு வெருண்ட தும்பிகள் அவன் வழியிலிருந்து விலகிப் பறந்தன.

அரை நாழிகை கடந்தபின் சேகர் அந்த ஃ வடிவப் பாறைகளைக் கண்டான். இயல்பாய் அவன் அகம் அப்பாறைகளை நோக்கி அவனை உந்தியது. இம்முறை வேர்முண்டுகளில் தடுக்கி விழாமல் எச்சரிக்கையாகச் சென்றாலும் சில இடங்களில் கால்கள் இடறின. அத்தருணங்களில் அவன் கவனம் முழுதும் அந்நாணல் பூக்கள் சேதமுறாமலிருக்க வேண்டுமென்பதில் தான் இருந்தது. பாறைவெளிக்குச் சென்றவன் மேற்கிலிருந்த காஞ்சிர மரத்தின் கீழிருந்த சிறு பாறைகளில் ஒன்றில் அவள் அமர்ந்திருப்பதைக் கண்டான். இவன் அருகில் வருவதைக் கண்டதும் எழுந்து நின்றவளின் கைகள் எச்சரிக்கையாய் தன் கதிர் அறுவாளை இறுகப் பற்றியிருந்தது. அவனோ பதற்றமெதுவும் இல்லாமல் அவளிடம் நாணல் கட்டைத் தந்தான். அதைப் பெற்றுக் கொண்டவளின் முகம் அந்நாணல்களில் ஒன்றாய் மலர்ந்தது. எவ்வித அலங்கார ஆபரணங்களும் இல்லாமல் சேலை மட்டும் அணிந்த அவளுடலைக் கண்டவன் பெருந்தச்சனின் கனவுச் சிற்பமென மருகி நின்றான். பின் சுதாரித்துக் கொண்டு ஃ வடிவ

பாறைகளை நோக்கித் திரும்பி நடக்கலானான். அவளிடமிருந்து "சார்" எனக் குரல் கேட்டது. சேகர் அவளை நோக்கித் திரும்ப "என் வீட்டுக்காரரு ஒரு கஞ்சா குடிக்கி இங்கிட்டு தான் திரியும் எதாவது பொய் சொல்லிக் காசு கேக்கும் குடுத்துராதீக" என்றாள். அவன் சரியென்று தலையசைக்க அவள் காஞ் சிரத்தின் அருகிலிருந்த ஒற்றையடிப் பாதையினூடாக சென்று மறைந்தாள்.

ஃ வடிவப் பாறைகள் அப்பாறைவெளியில் யாருடைய வருகைக்காகவோ காத்திருப்பதாய் அவனுக்குத் தோன்றியது. அப்பாறையுச்சியில் ஏறியவனைப் பழந்தின்னி வெளவால்கள் மோதவிருப்பதைப் போல் நெருங்கி வந்துப் பின் விலகிப் பறந்தன. தேனீக்களின் கூட்டமொன்று பேரிரைச்சலுடன் அவனைக் கடந்து மேற்கு நோக்கிப் பறந்து சென்றது. அவன் தன் ஆடைகளைக் களைந்து பாறையின் மீது படுத்தான். அத்தருணத்தில் நிலவு நாணிக் கண்களை மூடியதைப் போல் மேகத்தினுள் மறைந்து வெளிவந்தது.

நிலவொளியின் அரூபக் கரங்களால் தழுவிக் கிடந்தவன் உடல் எனும் கூட்டிலிருந்து விடுபட்டு இந்த நான் மட்டும் மேகக் கூட்டங்களுக்குள் அலைந்து திரிய முடியுமா என யோசித்துக் கொண்டிருந்தான். அப்போது வானை நிறைத்திருந்த பழந்தின்னி வெளவால்கள் தன் வசிப்பிடம் திரும்பியிருந்தன. ஆங்காங்கே மேகத்துணுக்குகள் மட்டும் வானில் உலவியபடி இருக்க விழிகளை மூடியவன் உறங்கிப் போனான்.

உறக்கத்திலிருந்தவனின் அகம் நிலவைத் தவிர தான் வேறோருவரால் உற்றுநோக்கப்படுவதை அவனுக்கு உணர்த்தியது. கண் விழித்தவன் வெகு அருகாமையில் அவனை வெறித்திருந்த நாணல் பெண்ணின் முகத்தைக் கண்டு பதறி சற்று பின்னால் நகர்ந்து பாறை விளிம்புக்கருகில் அமர்ந்தான். நாணல் பெண்ணோ அவன் பதற்றத்தைக் கண்டு தன் உதடுகளை மடித்துக்கொஞ்சம் கேலியாய் புன்னகைத்தாள். ஆனால் சேகருக்கோ அவளை அங்கு காண நேர்ந்ததை விட அவள் அமர்ந்திருந்த கோலமே உண்மையில் திகைப்பூட்டியது. அவள் தன் மேலுடலை வெறும் நாணல் பூக்களால் மட்டும் மறைத்திருந்தாள். சேகர் சுருட்டி வைத்திருந்த ஆடைகளின்

மேல் அவளது ஆடைகளையும் வைத்திருந்தவள் அவை காற்றில் பறந்துவிடாமலிருக்க சிறிய கல்லையும் அதன் மேல் வைத்திருந்தாள்.

இயற்கையின் ஆதி நடனத்திற்கான அழைப்பாய் ஃ வடிவ பாறைகளின் உச்சியில் ஆடைகளற்று சேகரை எதிர்நோக்கி நாணல் பெண் அமர்ந்திருந்தாள். அவளது கூர்நாசிகளின் கீழே குவிந்திருந்த உதடுகள் ஒருகணமேனும் புன்னகைப்பதை நிறுத்தியிருக்கவில்லை. புருவங்களை உயர்த்தி அவன் அமர்ந்திருக்கும் இடத்தை விழிகளால் சுட்டியவள் பாறையின் விளிம்பிலிருந்து மையத்திற்கு வருமாறு தலையசைத்தாள். மெள்ள நகர்ந்து பாறையின் மையத்திற்கு வந்தவன் தான் ஒரு பெண் முன் ஆடைகளற்று இருக்கிறோம் என்பதை உணர்ந்தவனாய் தன் இரு கைகளையும் ஒன்றன் மேல் ஒன்றாய்க் குறுக்காக வைத்து தன் சிசினத்தை மறைத்தான். அவனது செய்கையால் அவள் முகம் சற்று நாணியது. பின் புன்னகைப்பதை நிறுத்தியவள் நிலவொளியில் பிரகாசமடைந்திருந்த நாணல்களைப் பாறையின் மீது வைத்தாள். கழுத்துச் சரிவிலிருந்து திமிறியெழுந்த அக்கொங்கைகளின் நேர்த்தி ரதியின் சிற்ப இலக்கணத்திற்குரியது. அவனது பார்வையை அனுமானித்தவள் அவனது கைகளைப் பற்றித் தன்னருகே கொண்டுவந்தாள். நடுங்கும் அவன் கரங்களைப் பொருட்படுத்தியிராமல் தன் முலைகளை அக்கரங்களில் ஏந்தச் செய்தாள்.

சில்வண்டுகளின் ரீங்காரமும் தவளைகளின் கூக்குரலும் வெகு தொலைவில் ஒலித்த நரிகளின் ஊளைகளும் கலவி நடனத்திற்கான அழைப்பே என அத்தருணத்தில் சேகர் உணர்ந்தான். கானுயிர்களின் ஓசைகளே இருவருக்குமான உரையாடல்களை அங்கு அரங்கேற்றியது. அவள் தன் இச்சைப் படி அவன் கைகளைத் தன் அங்கங்கள் மீது படரவிட்டு அவற்றின் வனப்பை அவனுக்கு உணரச் செய்தாள். அவனும் தேர்ந்த சிற்பியின் சிற்ப இலக்கணத்தைத் தொட்டுணர்பவனாய்த் தன்னைக் கருதியிருந்தான்.

வாளிப்பான பெண்ணுடலின் தீண்டலிலும் அவன் லிங்கம் மௌனித்திருந்தது அவளுக்கு ஆச்சரியமாய் இருந்தது. அவனது

கைகளைத் தனதுடலிலிருந்து விடுவித்தவள் மெள்ள அவனை பாறையில் தலை சாய்த்துப் படுக்கச் செய்தாள். சேகரின் விழிகளோ மேகத்திரளுக்குள் மறைந்திருந்த நிலவை நோக்கத் தொடங்கியது. ஓர்இளநங்கையின் நிர்வாணத்தை விடுத்து நிலவை நோக்கியிருக்கும் அவனை ஏனோ அவளுக்கு மிகவும் பிடித்திருந்தது. அவள் நாணல் கட்டிலிருந்து ஒரு நாணலை உருவினாள். அதன் மலர் தூவிகளைக் கொண்டு அவள் அவனது நெற்றியில் வருட சேகர் கிறங்கி இமைகளை மூடினான். நெற்றியிலிருந்து கீழாக மலர்தூவிகளால் அவனுடலைத் தீண்டிச் சென்றவள் அடிவயிற்றில் இறங்குகையில் சீற்றத்துடனிருந்த அரவத்தைக் கண்டு நாணலை ஓரமாய் வைத்தாள்.

அம்முழுநிலவு சாட்சியாக அவர்கள் கலவி நடனம் புரிந்தனர். ஒவ்வொரு புணர்நிலைகளிலும் அவனுக்குள் நிகழவிருந்த உச்சத்தை அவள் அறிந்திருந்தாள். அது நிகழவிருந்த சில நொடிகளுக்கு முன்னரே அவனது சிசினத்தைக் கவ்விய தன் நிதம்பத்தின் இதழ்களை விடுவித்து அவனுடைய உச்சத்தைத் தள்ளிச் சென்றாள். பெருங்கடலுக்குள் பேரலையால் இழுத்துச் செல்லப்படுபவனாய் தனதுடலை அவள் போக்கிற்கு சேகர் ஒப்படைத்திருந்தான். அவன் பெரும் மலையுச்சியிலிருந்து பச்சையம் தவழும் கானகத்திற்குள் விழுந்தான். பின் அடியாழம் காணமுடியாச் சுனைக்குள் கசியும் ஒளியை நோக்கி நீந்திச் சென்றான். இம்முறை அவனது உடல் பேரண்ட நடனத்திற்குள் தன்னை முழுதாய்ப் பொருத்திக் கொள்ள அவன் விழிகளை மூடிக்கொண்டான். வான்முகிலும், காற்றும், பேரருவியும், பெருங்கானக ஊழித்தீயும் தானே என அவன் உணர்ந்த தருணமது. உச்சம் நிகழ்ந்த நொடியில் கண்களைத் திறந்தவன் தனது இந்திரியம் காற்றில் சீறிச் செல்வதையும் ஆலிங்கனத்தில் இருந்த பெண்ணுடல் வெடித்து நாணல் தூவிகளாய் வெளியை நிறைத்ததையும் கண்டான்.

மறுநாள் விடிந்த பின்னரே அவன் பாறையுச்சியிலிருந்து கீழிறங்கினான். அவனைச் சுற்றிலும் நாணலின் மலர்த்தூவிகள் இறைந்து கிடந்தன. அவன் சிற்றோடை வழியாகத் திரும்புகையில் முந்தைய நாளின் காலடித் தடங்களில் அவனுடையது மட்டுமே அங்கிருந்தது. வண்டியைக் கிளப்புகையில்

அவ்வழியாய்ச் சென்ற ஒரு வயசாளி அவனைக் கண்டு அருகில் வந்தார். அச்சிற்றோடையில் கஞ்சாக் குடிக்கி ஒருவன் பேரழகியான தன் மனைவியைக் கொன்றுவிட்டதாகவும் ஆனால் அவளோ தீராப்பழியோடு இன்னும் அவனை அங்கே தேடி அலைவதாகவும் சொன்னவர் இனிமேல் அவ்விடத்திற்கு வரவேண்டாமென சேகரை எச்சரித்துவிட்டுச் சென்றார்.

அன்று பணியிடம் சென்ற சேகர் யாராலோ தன் விரல்கள் வழிநடத்தப்படுவதைப் போல தேவதேவியரின் ஆலிங்கனச் சிற்பங்களைச் செதுக்கிக் கொண்டிருந்தான். தாமதமாய் வந்த பொன்னையா ஆசாரியும் 'கா'னா'ரூ'னாவும் அதைக் கண்டு பேச்சற்று நின்றனர். பொன்னையா ஆசாரி அங்கு வந்ததையோ தன்னுடலில் வேர்வையோடு ஒட்டிக் கிடந்த நாணல் தூவிகளை அவரது விரல்கள் எடுத்ததையோ அவன் அறியவில்லை. அவன் செதுக்கியிருந்த சிற்பங்களின் புணர்நிலைகள் அதுவரை பொன்னையா ஆசாரி எனும் தேர்ந்த தச்சனே செதுக்கியிராதது. அவர் மெள்ள 'கா'னா'ரூ'னா விடம் தன் மகனுக்கு ஒரு வரன் பார்க்கச் சொன்னார்.

5

நள்ளிரவைத் தாண்டியதும் சட்டென்று மழை பெய்யத் தொடங்கியது. நாங்கள் மலையுச்சியிலிருந்து பாறையில் வழுக்கி விடாமல் ஊர்ந்தவாறு இறங்கினோம்.பின் விஜயசோழீசுவரத்தின் விக்ரகமற்ற சிறிய வெளிச்சன்னதிகளில் ஒன்றில் அமர்ந்து கொண்டோம். மழை மேலும் வலுவடைந்திருந்தாலும் கற்றளி குளிருக்கு இதமாயிருந்தது. உள்ளே ஆட்டுப் புழுக்கைகளின் வீச்சமடித்தது. நான் துவாரபாலகர்கள் என்ன செய்கிறார்கள் என எட்டிப் பார்த்தேன். அவர்கள் இம்முறையும் எங்களை நோட்டமிடுவதைப் போலிருந்தது.

நாங்கள் ஒன்றிலிருந்து ஒன்றாய் வேறு வேறு விசயங்களைப் பேசிக் கொண்டிருந்தோம். பேச்சு இறுதியில் எங்களுக்கு வீட்டார் பெண் பார்க்கும் படலங்களைப் பற்றிச் சென்றது. நான் என் நண்பனிடம் அடுத்த பௌர்ணமியன்று அச்சிற்றோடைக்குச் செல்வோம் என்றேன். அதற்கு அவனோ அந்த சன்னியாசியின்

குரலில் "எனக்கு மனுசப் பொண்ணு போதும் ஐயனே" என்றான்.

"டேய் அவர் சொன்னத அப்படியேவா எடுத்துக்குற? அது அவர் ஹாலோசினேஷனா இருக்கலாம்" என்றேன்.

"சரிடா நீ ஏன் அங்க போகனும்னு நினைக்குற?"

"அந்த சூழல உள்வாங்குனா ஒரு கதையா எழுதிரலாம் அதுக்குத்தான்"

"ஓஹோ பாறை மேல கலவி நடனம் ஆடிட்டு அந்தாளு செலைய செதுக்குன மாதிரி நீ கதை எழுதலாம்னு பாக்குற" என்றான்.

நான் அவனோடு பேசுவதை விடுத்து மழையை கவனிக்கத் தொடங்கினேன். மழை மேற்கிலிருந்து அடித்தது. கிழக்கு நோக்கிய சன்னதி என்பதால் உள்ளுக்குள் சாரல் விழவில்லை. என் நண்பனோ கால்களை நன்றாக நீட்டியவாறு கண்களை மூடினான். அவ்விடம் படுப்பதற்குத் தோதாய் இல்லை. காலையில் விடிவதற்குள் கிளம்பிவிட வேண்டும். ஊரார் கண்களில் அகப்பட்டால் சிலை திருடவந்தவர்கள் என நினைத்துக் கொள்வார்கள்.

மனம் மீண்டும் சன்னியாசியைச் சுற்றி வந்தது. நாணல் பெண்ணுடனான உறவைப் பற்றிப் பேசும் போது விநோதமாய் அவர் தன்னை அவன் என்றே அழைத்துக் கொண்டார். அது தானல்ல பிறிதொரு நபர் என்பதைப் போல. ஒரு வேளை அவர் சொல்ல விழைந்தது அதற்குப்பின் அவன் பிறிதொருவனாய் பிறப்பெடுத்துவிட்டான் என்பதாகவும் இருக்கலாம். மேலும் அவர் தன் மனைவியுடனான உறவுச் சிக்கலைப் பற்றி ஒரு சொல் கூட பேசவில்லை. எனக்கு அவர் வாழ்வை எப்படிக் கதையாக்குவது எனக் குழப்பமாக இருந்தது. என் நண்பன் வரவில்லையென்றாலும் அடுத்த பௌர்ணமி இரவில் அங்கு செல்ல வேண்டுமென நினைத்துக் கொண்டேன். ஒருவேளை உண்மையில் அங்கு நாணல் பெண்ணை எதிர்கொள்ள நேர்ந்தால். என் மனம் சொற்களுக்காய் தடுமாறி நின்றது. இல்லை அகமறியுமொரு விசயத்தை சொற்களில் கோர்த்திட நானே தடையாய் இருக்கிறேன் எனப் புரிந்தது.

மனதில் ஒரு பேராசை சுடர்விடத் தொடங்கியது. ரதியின் சிற்ப இலக்கணத்தில் ஒரு பெண். அத்தருணத்தில் அங்கே ஒரு மாயம் அரங்கேறியது. சட்டென்று தோன்றிய மின்னல் வெளிச்சத்தில் மலை விளிம்பில் என்னை வெறித்திருந்த ஒரு பெண்ணுருவம். அதைத் தொடர்ந்த இடி முழக்கமோ என் இதயத்தில் ஒலித்ததைப் போல. நான் அப்பெண்ணுருவைக் கண்டதும் துர்சொப்பனத்திலிருந்து கண்விழித்தவனைப் போல் பேச்சற்றுப் போனேன். மறுமுறை அதை உற்று நோக்க என் மனம் ஒப்பவில்லை. காற்றை நுரையீரல் முழுதும் நிறைத்து வெளியிடுவதை சிலமுறை செய்ததும் சுவாசம் சற்று சீரானது. ஏதேனும் இல்பொருள் காட்சியாய் இருக்குமென நான் என்னை ஆற்றுப்படுத்திக் கொண்டாலும் பிரக்ஞையோ என் செவிகளில் ரகசியத் தொனியில் "முயன்றால் தொட்டுணரலாம்" என்றது.

குறுங்கதைகள்

புங்கமரத்தாயி

சென்ற பௌர்ணமிக்கு முன்புவரை மனநோயாளியைப் போல் தோற்றமுடைய அம்மூதாட்டியை அத்தேநீர் விடுதியின் வெளியில் காலை நேரத்தில் காணலாம். அங்கிருந்த புங்கைமரத்தைச் சுற்றியிருக்கும் சருகுகளை அவள் வெகுசிரத்தையோடு கூட்டுவாள். பின்பு அடிமரத்தில் கைகளைப் பதியவைத்துக் கிளைகளினூடாய் நீலவானைத் தேடுவதைப் போல் அவளது குழிவிழுந்த கண்கள் அலைபாயும். பின் ஏதோ அதிசயத்தைக் கண்ணுற்றதைப் போல் அவள் புன்னகையுடன் அக்காட்சியை அகத்தில் உருவேற்றி இமைகளை மூடியிருப்பாள். அவளது உதடுகளோ சொற்கள் விளங்காத பாடலொன்றை முணுமுணுத்தவாறிருக்கும். அவளின் செய்கைகள் தேநீர்க்கடையின் வாடிக்கையாளர்களுக்குக் காலைநேரப் பொழுதுபோக்குகளுள் ஒன்று. அவளின் ஒவ்வோர் அசைவும் கேலிக்குள்ளாக்கப்படும். அவள் பிரார்த்தனையை முடித்தபின் அங்கிருப்பவர்களை ஆசிர்வதித்துவிட்டுச் செல்வாள். அப்போது கேலி உச்சத்தை எட்டும். புதிதாய் வந்த டீமாஸ்டர் மூதாட்டிக்கு ஒருபெயர் சூட்டினான். புங்கமரத்தாயி என்ற அப்பெயரைச் சிலர் விரும்பவில்லையென்றாலும் அவளுக்கு அப்பெயரே நிலைத்தது. புங்கமரத்தாயி தினமும் காலையில் சருகுகளைக் கூட்டிப்பெருக்குவாள் பின் அடிமரத்தைத் தழுவி நீலவானை நோக்கிப் பிரார்த்திப்பாள்.

மழைநாளில் கருமேகங்கள் அவளைக் கழுவித் துடைத்துச் செல்லும். வாடிக்கையாளர்களும் டீமாஸ்டரும் மாறினாலும் அவள் மட்டும் மாறாப் பெயரோடு அங்கு நிலைத்திருந்தாள். அடைமழை விடாது பெய்தவிடியாத ஒருநாளில்தான் அது நிகழ்ந்தது. வழக்கம் போல் அம்மரத்தினருகில் வந்தவள் நீர்த்திவலைகள் சொட்டும் தளிர் இலைகளை வாஞ் சையோடு ஸ்பரிசித்தாள். பின் பிரார்த்தனைக்கு முன்பே சூழ்ந்திருந்தவர்களை ஆசிர்வதித்தாள். எங்கோ அடிவானத்தை ஊடுருவி குயிலோசை ஒன்று ஒலித்தது. பின் வானை நோக்கி "முன்னால போனவரே பின்னால நானிருக்கேன்.... வடக்கால போனவரே தெக்கால நானிருக்கேன்.... உறங்கையில போனவரே உறக்கமத்து நானிருக்கேன்.... சொல்லாமப் போனவரே செல்லரிச்சு நான் கெடக்கேன் என்ன ஏத்துக்கிடுங்க" எனப் பாடி முடித்தாள். அப்போது வானிலிருந்து வெள்ளி வாளென மின்னலொன்று அம்மரத்தில் வீழ்ந்து பேரிடியாய் முழங்கியது. பதறியவர்கள் கருகிய புங்கைமரத்தின் அடியில் புன்னகையோடு அமர்ந்திருந்த ஆயியைக்கண்டு அலறிப் பின் தொழுதனர். ஒளியுமிழும் மின்மினியாய் மாறாப் புன்னகையோடு அவ்விடத்தை நீங்கிய புங்கமரத்தாயி பின் திரும்பவில்லை. ஆனால் மறுநாளே கருகியமரம் மீண்டும் துளிர்விடத் தொடங்கியது.

விடுதலை

சங்கிலியிலிருந்து விடுபட்ட நாயொன்று என்ன செய்வதெனத் தெரியாமல் குரைத்துக் கொண்டிருந்தது. அவ்வழியை யாரேனும் கடக்கையில் உங்களுக்கு என் மேய்ப்பராய் இருக்க விருப்பமா என அவர்கள் முகத்தை ஏக்கத்துடன் பார்த்து நின்றது. அதன் தோற்றத்தைக் கண்டு அஞ்சியவர்கள் இயல்பாய் இருப்பதான உடல்மொழியோடு அவ்விடத்தில் நடையைத் துரிதமாக்கினர். ஒவ்வொரு முறையும் தனித்து விடப்படுகையில் அதன் குரைப்பொலியின் அதிர்வெண் உச்சத்தை நோக்கிச் செல்ல தொலைவில் வந்தவர்கள் மாற்று வழியைத் தேர்ந்தெடுத்தனர். மீட்பரற்ற நாயொன்று அத்துவான வெளியில் வெறும் குரைப்பொலியாய்க் கரைந்தது.

மாயவன்

எங்கோ ஒரு விளக்கு ஒளிரத் தொடங்குகையில் வாழ்வு யாருக்கோ சுடர்விடத் தீர்மானித்திருப்பதாய் நான் எண்ணிக் கொள்வேன். அவனோ தீயில் இரையாகும் விட்டில் பூச்சிகளைக் குறித்துப் பேச்சைத் துவங்குவான். மயில் தோகை கானகத்தின் விசிறி எனச் சொல்கையில் அவனோ அவற்றின் இறகைப் பிடுங்கும் வழிமுறையைச் சொல்வான். அவனது விழிகள் இரவுகளில் தனித்தலையும் ஆந்தையைப் போல் இருக்கும். மற்றவரின் காய்ந்த வடுக்களைத் தன் கூர்நகங்களால் சுரண்டி குருதி கசியச் செய்யும் அவனது இயல்பை நான் முற்றாய் வெறுத்தேன். இருப்பினும் சில தருணங்களில் அவன் பேச்சின் வசீகரத்திற்கு நான் ஆட்படுவதுண்டு. முடிந்த அளவு அதை அவன் அறிந்துவிடாமல் நான் கவனமாய் இருப்பேன். என் மனைவி முதல் சிசுவை ஈன்ற என் மகிழ்ச்சியைக் கூட அவனுக்கு அங்கீகரிக்க மனமில்லை. பிறப்பை விட நம் உற்றாரின் மரணங்களே நிறை வாழ்வின் வெகுமதி என்ற அவனுடைய கருதுகோளால் அவன் உறவை முற்றாய்த் துண்டித்தேன். அதன் பிறகு நெடுநாட்கள் அவனைச் சந்திக்கவில்லை. சென்ற வருடம் எங்கள் வீட்டுக் கிணற்றில் நான் வளர்த்த மீன்கள் செத்து மிதந்ததைப் பார்த்திருக்கையில் கிணற்று நீரில் அவன் முகம் தெரிந்தது. பதறிய நான் வேகமாய்த் தலையைத் திருப்பிக் கொண்டேன். மறுநாள் கண்ணாடியில் என் நரை மயிர்களை நினைத்து நான் வருந்தியிருக்கையில் அவன் ஆடியில் புன்னகைத்தவாறிருந்தான். என்னை ஊடுருவும் விதமாய் அவனது விழிகள் சற்று நிமிடம் என்னில் நிலைத்திருந்தன.

ஆனால் நேரம் செல்லும் தோறும் அவன் பார்வைக்கே எனது இருப்பு புலனாகவில்லையோ என நான் ஐயமுற்றேன். என்னில் ஒளி ஊடுருவிச் செல்வதைப் போல் ஓர் உணர்வு. எவ்வளவு முயன்றும் அவ்வுணர்வை என் மனதிலிருந்து அகற்ற முடியவில்லை. வேறு வழியற்று எனது இருப்பை உறுதி செய்து கொள்ள நான் சற்று பெருங்குரலெடுத்து என் மகளை அழைத்தேன். ஆனால் எனது குரலுக்கு அவள் செவிமடுக்கவில்லை. அல்லது அவள் செவிகளில் என் குரல் விழவில்லை. எனதுடலோ பரு நிலையை இழந்திருந்தது. சூக்கும நிலையில் என் கால்கள் நிலத்தில் நிலை கொள்ள மறுத்தன. இப்போது அவன் முகம் லேசான புன்னகையின் தடத்தைக் காட்டி என் பதற்றத்தைக் கேலிக்குள்ளாக்கியது. பின் ஆடிக்குள்ளிலிருந்து வெளிவந்தவன் என் நரை முடிகளை வருடிய பின் ஓர் ஆந்தையாய் உருமாறிச் சிறகடித்துச் சென்றான். அவன் தஞ்சமடைந்த நூற்றாண்டுப் பெருமரமான இலுப்பையைக் கடக்குந் தோறும் உண்டாகும் என் பதற்றம் நான் மட்டுமே அறிந்தது. இல்லை தவறு. ஒரு சிரிப்பொலி கேட்கிறது. அவனும் அதை அறிவான்.

தீராப்பசி

எதற்கும் இருக்கட்டுமென சில பொருட்களை அவன் வாங்கத் துவங்கினான். பின் பொருட்களை வாங்குவது அவன் இயல்புகளில் ஒன்றாகிப் போனது. அப்பொருட்களின் இருப்பு உள்ளறைகளை நிறைத்து, புழங்கும் அறைகளையும் ஆக்கிரமிக்கத் தொடங்கியதும் அவற்றிற்காய் ஒரு பெரிய மாளிகையை எழுப்பத் திட்டமிட்டான். அதன் பொருட்டு அல்லும்பகலும் சிந்தனைகளில் உழலத்துவங்கியவன் மெல்ல மெல்லக் கலைகளில் நாட்டமிழக்கத் துவங்கினான். இசைக்கோலங்கள் அவன் மனதில் வண்ணத்தீற்றல்களை வரைந்தது மங்கிய நினைவுகளாகிப் போனது. வீட்டுத் தோட்டத்தின் கனிகளைச் சுவைத்துக் கூவும் குயில்கள் மீது கல்லெறிந்தவனை அவை சபித்துச் சென்றன.பெரும்பசி கொண்ட பூதகணங்களென அம்மாளிகையின் அஸ்திவாரமே அவனது சேமிப்பை விழுங்கி விட எங்கும் கடனுக்காய் இறைஞ்சத் தொடங்கியவனிடம் அடகுவைக்க எப்பொழுதோ அடைகாத்த கனவுகள் இருந்தன. நீர்ப்படிகங்களைக் கற்களாய் உருமாற்றிக் கட்டிய மாளிகையாய் அவனெழுப்பிய மாளிகை காண்போர் கண்களைக் கூசச் செய்தது. நாளும் பொழுதும் அதன் பளபளப்பில் லயித்திருந்தவனுக்கு நிறங்களைப் பகுத்தறியும் இயல்பு மறைய மருத்துவர்கள் அதை நிறக்குருடு என்றனர். அவனோ அம்மாளிகையின் பொருட்டு எதையிழக்கவும் தயாராய் இருந்தான். ஆனால் நித்திய உண்மையின் சாட்சியமாய் அதுவும் காலமெனும் பெருஞ்சூரைக் காற்றிலிருந்து தப்பியிருக்கவில்லை. அவன் காலம் முடியும் முன்னரே வாரிசுகளின் தகராறில் விற்பனைக்கு வரும் மாளிகையொன்றை அடிமாட்டு விலைக்கு வாங்கி விடலாமென்று தரகர்கள் பேசிக் கொண்டனர்.

சூல்

அவ்வூரை எந்நேரமும் வெண்மேகத்திரள்கள் மூடியிருக்கும். நண்பகலும் குளிர் இரவும் ஒளி விடியலும் வெண்மேகங்களால் உண்டு செரிக்கப்பட்ட பின்னரே ஊரையடையும். சூறைக்காற்றிலும் அவை கலைந்ததை யாரும் பார்த்ததில்லை. அவை ஒரே திரளா அல்லது வேறொரு திரளால் இடைவெளியற்று இடமாற்றம் அடைகிறதா என யாரும் அறிந்திருக்கவில்லை. ''ஓ வெண்மேகங்களே! சூல் கொள்ளா மலட்டுப் புகை மட்டுமா நீங்கள்'' என்று தலை உயர்த்தும் ஒவ்வொருவரும் அதைக் கேட்கத் தவறியதில்லை. அவை கணப்பொழுதும் அவர்களுக்குச் செவி மடுப்பதில்லை. வானில் வெறும் பஞ்சுப் பொதிகள் அந்தரத்தில் எவராலோ நிலை நிறுத்தப்பட்டிருப்பதாய்ச் சிலர் சொல்வர். சிலரோ துர் ஆன்மாக்கள் நம் ஊரின் உச்சியில் தஞ்சமடைந்துள்ளன என்றும் அவை காண்பதற்கு வெண்மேகங்களாய்த் தெரிவதாகவும் சொல்வர். ஊரின் மூப்பன் மட்டுமே உண்மையறிந்தவர். அவரும் தன் பேச்சை நிறுத்திக் கால் நூற்றாண்டு கடந்துவிட்டதாய் அம்மா சொன்னாள். அவர் இறுதியாய்ப் பேசிய நாளன்று அவருக்கு நூறாவது அகவையாம். அவரின் குடிலைத் தனிமையில் நான் கடந்த ஓரிரவில் அவர் என்னை அழைத்தார். அவரது குரல் தேர்ந்த கொல்லனின் வெங்கல மணியோசையைப்

போல் துல்லியமாய் ஒலித்தது. நான்கு தலைமுறைகளின் முன் இவ்வூரார் குற்றுயிராய் ஒரு கன்னியைப் புதைத்தனர் என்றும் அவள் ஆறா ரணத்தோடு ஒவ்வொரு குடும்பத்தின் சூலையும் உருத்திரித்தாள் எனவும் தான் வேண்டியதற்கிணங்க அவள் மேகங்களை நேர்ந்தாள் எனவும் சொன்னார். நான் சரியென்று தலையசைக்க அவர் புன்னகைத்து அவள் உனக்கு மகளாய் பிறக்கவிருக்கிறாள் என்றார். அதை நான் யாரிடமும் சொல்லியிருக்கவில்லை. என் மகளின் முதல் உதிரப்பெருக்கு நிகழ்ந்த நாளன்று மேகங்கள் நிறம்மாறத் தொடங்கின. அவள் சூலுற்ற நாளன்று இந்நூற்றாண்டின் பெருமழை எங்களூரில் பெய்யத் தொடங்கியது.